இயலிசம் 2

இயலிசம்

தாய் தமிழுக்கும் தாய் நிலம் விட்டு வந்து தாகத்தோடு வாழும் தமிழர்களுக்கும் தலை வணங்கி சமர்ப்பிக்கிறேன்.

பொருளடக்கம்

பொருளடக்கம்

பொருளடக்கம்

பொருளடக்கம்

முன்னுரை

அனைவருக்கும் வணக்கம் ..

நான் எனது முன்னுரையை இந்த கவிதையோடு தொடங்குகிறேன் ..

"....மாலையும் மரியாதையும் மனசுக்கு தானுங்க
பசிக்கும் வயிற்றுக்கு ஒரு பருக்கை சோறு தாருங்க...
புத்தக கவிஞர் எல்லாம் புத்தியில் கணவானுங்க..
ஆனால் கடனாக ஒரு கையளவு பைசாவும் கிடைக்காதுங்க..
எழுத்துக்கள் எல்லாமே புதையல் போல
சுரக்காதுங்க..
ஆனால் அந்த கவலை எல்லாம் எழுத்தில்
சுட்டுவது கிடையாதுங்க....
உங்க மனம் போல வாழ்த்துங்க
எங்க மனசு நிறையும்..
கொஞ்சம் வறுமையையும் விரட்டுங்க
எங்க வயிறு நிறையும்....."

நான் இயலிசம் கண்ணன் ..இந்த புத்தகத்தின் வார்த்தைகள் வரிகளாவதும் வலிகளாவதும் உங்கள் வாசிப்பில் தான் உள்ளது.இங்கே பல தமிழ் வார்த்தைகள் குவிக்கப்பட்டுள்ளது.அது கவிதை எனவும் சொல்லப்பட்டுள்ளது.ஆனால் இவை அனைத்தும் நீங்கள் உணரும்போது மட்டுமே உயிர் கொள்ளும் உங்களோடு பேசும் விளையாடும் சில விடயங்களை விளக்கும்,வாழ்க்கைக்கு விளக்காகும்.

ஒரு சிறிய குயிலொன்று காட்டுக்குள் நுழைகையில் கண்காணும் அத்தனையையும் இரசிக்கும் அனைத்திலும் லயிக்கும் அது போலத்தான்.இந்த எழுத்துக்களில் பல உணர்வுகள் புதைக்கப்பட்டுள்ளது.அதை தேடிப்பிடித்து அல்லது படித்து உணர்வது உங்கள் விருப்பம்.

நீங்கள் ஏன் இந்த புத்தகத்தை படிக்க வேண்டும் என்ற உங்கள் கேள்விக்கு எனது பதில்.

"..இதில் தமிழ் உணர்வுகள் வார்த்தைகளோடு வலியை சொல்கின்றன..அதை நீங்கள் உணரும் போது பலருக்கு அது வழியாக மாறும்

..உங்கள் உள்ளத்தின் வலி போகும் ..அது நிச்சயம் எனது எழுத்தால் நடக்-கும் ..என உறுதியளிக்கிறேன் .."

நீங்கள் வாசிக்க நான் வசித்திருக்கிறேன் ...நீங்கள் தொடர்ந்து வாசியுங்-கள் ..நானும் தமிழோடு வாழ்ந்துவிட்டு போகிறேன் ..

இப்படிக்கு

நான் இயலி கண்ணன்

நன்றி

தாய் தமிழுக்கும் தாயினும் மேலான தாரத்திற்கும்,உயிரினும் மேலான எனது அன்பு தங்கைகள் சிவாகாயு,ஷன்பா கிருஷ்ணன்,ஜெகா மகா அம்மா,கருவாச்சி அம்மா,ரஹினா மைலாஞ்சி,இலக்கியா ப்ரீத் உதயா,எழுத்தாளர் செவ்வந்தி துரை அக்கா,மற்றும் பிரதிலிபி,முகநூல் வாசக நட்பு வட்டத்திற்கும் தலைவணங்கி சமர்ப்பிக்கிறேன்.காணிக்கையாக்குகிறேன்.

... வாருங்கள்...

... வாருங்கள்.இந்தப் புத்தகம் உங்கள் உணர்வுகளுக்கு உயிர் கொடுத்து,தமிழ் கவிதைகளோடு சில நிமிடங்கள் கலவிட வைக்கும்.அதேநேரம் உங்கள் இருதயங்களை களவாடவும் செய்யும்.தமிழோடு சில கவிதைகள்,தவிப்போடு சில கவிதைகள்,தாகம் தீர்க்க சில உவமைகள் உங்களுக்காக காத்திருக்கின்றன.

உவமைக் கவிதைகள் உங்களுக்கு பிடிக்குமென்றால்,இது கட்டாயமாக உங்கள் எதிர்பார்ப்பை பூர்த்தி செய்யும்.

இந்த புத்தக கவிதைகள் அறம்,பொருள்,இன்பம் என எழுதப்பட்டுள்ளது.எனவே இதில் மூன்று பாலும் இருக்கும் முப்பொழுதும் கவிதையோடு இனிக்கும்.

தமிழ் எங்கள் நிலம்....

வார்த்தைகள் தான்
இனி வெடிக்கும்
துடிக்கும் இருதயம் வெடிக்கும் வரைக்கும்...
உனக்கு துணிவிருந்தால்
என் முன்னே வந்து நில்..
நெஞ்சில் திறமிருந்தால் சத்தியமாய் நிமிர்ந்து நில்...
நீ மனிதனாய் இருந்தால்
உனக்கும் மனசிருந்தால்
என்னைப்போல் நீ பிறக்க முடியுமா... இல்லை
வாழும்போதும் இருக்க முடியுமா..இல்லை
இனிமேல் இறந்த பின்னும் இருக்க முடியுமா சொல்..
நான் பேசுவது சத்தியம் சத்தியம் வெல்வது நிச்சயம்
நிச்சயமில்லா வாழ்வில் தான்
நீயும் நானும் வாழ்வது சாத்தியம்...
நிகழ்வுக்கும் கண்ணுண்டு நிழலுக்கும் வாழ்வுண்டு
நேரெதிர் நீ நின்றால் நிகழ்வதில் பதிலுண்டு...
படை இல்லை என்னோடு இப்போதும் ஆனால்
பகை தந்த இரணம் இன்னும் மறக்கவில்லை
எப்போதும்...
காலம் கடத்தியது என்னை
துவக்கிலிருந்து தூரமாய்.. துவங்கினோம் துலாபாரமாய்
நீதிக்கு நீதி வேண்டி... நின் முன்னே சமநீதி காண வேண்டி..
கரிகாலனின் கட்டளை இது நானும் அதை தட்டலை....
ஏந்தினோம் சொல் ஆயுதம் இப்போது
வீணர் முன் வாக்கு அரசியல் தற்போது..
வாக்குகள் ஒன்றாகும் ஓர்நாள்
குருதி குடித்த வேங்கைக்கூட்டம்
குரூர பசியோடு புசிக்கக் கூடும்

இது தமிழர் இடம் தமிழ் எங்கள் நிலம்....
வீணாகிப் போகாதே வீணனாய் வாழாதே..
எனக்கும் எதிரியுண்டு
அவன் என் காலுக்குச் சமமென்று...
எதிர்ப்பவனெல்லாம் எதிரியல்ல நான் எதிர்ப்பவனே என் எதிரி..
போடா போ....நாளையும் நான் பிறப்பேன்..
நாம் தமிழராய் மீண்டும் மீண்டும்
முளைப்பேன்...
நான் சைவன்...
நாக்கில் நஞ்சு கொண்ட நாகர் நில தமையன்...
நான் இன்றும் விதைக்கிறேன்...
நாளைய விவசாயியின் சொல்லாய் முளைக்கிறேன்...
பொறுத்திருந்து பார்...
பொதிகை மலை மன்னன் பேரன் முடிசூடும் நாளும் வரும் .....
நாளை என்பது நான் கை காட்டும் திசை...
கைக்குள் நாடு வரும்
நாம் தமிழர் அதற்கு உந்துவிசை.....
..இயலிசம்•••

கரிகாலன் எப்படியும் நம் இனத்தை மீட்பான் ..

அந்த இரவுநேர தூரத்தில் வானத்தில்
என்னுயிரை நான் தேடுகிறேன்
ஏதேதோ சொல்லிக் கொண்டு கத்தும் இரவுநேர வண்டுகள்
சத்தம் அப்போதும் காதுக்குள் கேட்டுக்கொண்டே இருக்கிறது ..
அப்போது கூசலும் குழப்புமுமாய் என் மனது ...
இரவு இப்போது நேரம் எத்தனை மணி இருக்கும்
என்று யோசிக்கத் தோன்றவில்லை
இன்னும் எத்தனை மணிநேரம் நான்
உயிரோடு இருப்பேன் அதையும் யோசனையில் இல்லை
என் யோசனையில் அப்போது தோன்றியதெல்லாம்
எங்கே இருக்கிறான் என் அண்ணன் எப்படி இருக்கிறான் என் அண்ணன்
எனக்கு அடுத்த சேதியை எப்போது சொல்லப் போகிறான்
என் அண்ணன்
அடுத்த முறை நான் சுடனுமே
துவக்கில் தீர்ந்து போன தோட்டாக்கள் எப்போது வரும்
எனத் தெரியவில்லை
என மண்டையின் மூளையில் ஏதேதோ யோசனை
ஓடிக்கொண்டிருக்க
வயிறோ வேறு ஏதோ ஒன்றை யோசிக்கத் தொடங்கியிருந்தது ..
உடலின் சில பாகங்களின் செயல்களை வயிறு
நிறுத்தத் தொடங்கியிருந்தது
ஆனால் எனது மனதின் ஓட்டமும்
மண்டைக்குள் இருக்கும் மூளையின் ஓட்டமும்
வெற்றுத் துவக்கினாலாவது என்னும் சிலரை
அடித்தே கொன்றுவிட வேண்டும் என தீராத கோபம்
இத்தனை கோபத்திற்கும் காரணம்
என் கண்ணெதிரே

அவர்கள் என் எனமக்களை என் குடும்பத்தை
என் உடன் பிறந்தவளை உடைகளை களைந்து
உறுப்புகளை அறுத்து
வீதிவீதியாய் எரிந்து
இங்கே மனித கறி கிடைக்கும் என கொக்கரித்த
அவர்கள் வன்கொடுமை செயல்
இப்போதும் மனதிற்குள் துருப்பிடித்த
இரும்பு போல உறைந்து கிடக்கிறது ..
அது என் வேட்கையை மேலும் மேலும்
அதிகரிக்க செய்கிறது
..
நான் இன்னும் சில மணிநேரம்
இன்னும் சில நாட்களில்
இறந்து விடுவேன் என்பது எனக்குத் தெரியும்
அது நடப்பதற்குள் இன்னும்
சிலரையாவது கொன்றுவிட்டு தான் சாவேன்
என்பதும் எனக்குத் தெரியும்
ஆனாலும் நீங்கள் மனம் தளர வேண்டாம்
காலன் கரிகாலன் எப்படியும்
நம் இனத்தை மீட்பான் ..
என்ற நம்பிக்கையிலேயே இந்த நேரம்
நான் மனதிற்குள் ஓய்வு கொள்கிறேன் ..
....இயலிசம் ..

அண்ணனுக்கு வாழ்த்து சொல்லணும்...

அண்ணனுக்கு
வாழ்த்து சொல்லணும்
ஆணாய்
பிறந்ததற்கு வாழ்த்து சொல்லணும்
அப்பாவிற்கு
வாழ்த்து சொல்லணும்
ஆம்பளையாய்
வளர்த்ததற்கு வாழ்த்து சொல்லணும்
அம்மாவிற்கு
வாழ்த்து சொல்லணும்
அன்பை
விதைத்ததற்கு வாழ்த்து சொல்லணும்
அக்காவிற்கு
வாழ்த்து சொல்லணும்
அர்ப்பணிப்புக்கு
வாழ்த்து சொல்லணும்
தம்பிகளுக்கு
வாழ்த்து சொல்லணும்
தமிழராய் உடன்
இருப்பதற்கு வாழ்த்து சொல்லணும்
நமக்கு நாமே
வாழ்த்து சொல்லணும்
நாம் தமிழராய்
வாழ்வதற்கு வாழ்த்து சொல்லணும்...
நாளைய நாளுக்கும்
வாழ்த்து சொல்லணும்
வாக்குகள் வசமாகும்
நாளுக்கும் வாழ்த்து சொல்லணும்..

நாமும் வாழும் வாழ்க்கைக்கு
வாழ்த்து சொல்லணும்..
நாம் வாழ காரணமான விவசாயிக்கு
வாழ்த்து சொல்லணும்...
விவசாயி வெல்ல வாழ்த்து சொல்லணும்
நாளைய வரலாறு அதை
நாம் தமிழர் மாற்றிக்காட்டணும்...
இன்று அண்ணனின் பிறந்தநாள்
தம்பிகள் உடன் பிறந்தநாள்..
உடலும் உயிரும் வேறாகும்
நாம் தமிழர் உணர்வு ஒன்றாகும்...
நீங்க தமிழராய் பிறந்ததால்
எனக்கு அண்ணன்..
நான் தமிழராய் உணர்ந்ததால்
உனக்குத் தம்பி...
வாழ்த்துகள் அண்ணா...
..இயலிசம்...

அன்புள்ள அப்பா..

அன்புள்ள அப்பா..

அப்பா எனக்கு ஒரு முத்தம் தருவாயா
நான் உனக்கு அம்மாவாக வேண்டும்
நீ எனக்கு மகனாக வேண்டும்..
ஒருமுறை மகனாக மாறுவாயா...
நீ சுமந்த சுமையை எல்லாம் என் முதுகில் ஏற்றி உன்னையே தூக்கிக்-கொண்டு ஊரைச்சுற்ற வேண்டும்.. நீ
என் உடன் வருவாயா...
என் வியர்வை கொண்ட வீடெங்கும்
உன் வாசனையை வண்ணமாய் பூச வேண்டும்..நீ
கை பிடிக்க வருவாயா..
எனக்கு உயிர் கொடுத்து
என்னுயிர் ஆனவனே..நான்
எனக்குள் உன் ஆற்றலைக்கண்டேன்..அப்பா..
அப்பா..இந்த மகளோடு ஒருமுறை
கடை வீதி வருவாயா...
உன் கால்களுக்கு ஒரு செருப்பு
நான் வாங்கி தர வேண்டும்..முடிந்தால்
உனக்கு நானே செருப்பாக வேண்டும்...
உன் உடல் அழகாக்கும் வண்ண உடுப்பை நான் உன் விருப்பத்தோடு
கண்ணெதிரே வாங்க வேண்டும்...நானே அதை உனக்கு உடுத்தி ஆசை தீர அழகு பார்க்க வேண்டும்..
ஊரெல்லாம் காணும்போது
என் அப்பா தான் உயர்ந்தவர் என்று
நான் மேடை போட்டு சொல்ல வேண்டும்..நீங்கள் பேசும்போது
நானே மேடையாக வேண்டும்...
வருவாயா...
சிறுவயதில் என்னை தலையில்

தூக்கிக்கொண்டு பெருமாள் தேரைக்காண்பித்தாயாம்..

அப்பா..நான்

இன்று உணர்கிறேனப்பா..

நான் பெருமாளின் தலையில் தான்

நின்றிருந்தேன் என்பதை...

குளியலறை கதவுகளை நீங்கள்

வாங்க ஒரு மாதம் பாறை உடைக்கும்

வேலைக்கு சென்றீர்கள்..நான்

இன்று ஏற்கிறேன் அப்பா..

நீங்கள் தான் மலை ..நான் உங்களால்

உருவான பாறை என்பதை..

அப்பா...என் மடி மீது ஒருமுறை தூங்கிப்போ..நான் உன்

கனவுகளை விழிக்க வைக்கிறேன்..

அப்பா..ஒருமுறை என்னோடு பேசிவிட்டு போ..நான்

உன் கனவுகளை தூக்கிக்கொண்டு

நடந்து செல்கிறேன்..

அப்பா..உங்களுக்கு

விமானியாக வேண்டும் என ஆசையாமே..உண்மையா..

நீங்கள் இப்போது சொல்லுங்கள்

நான் விமானம் வாங்குகிறேன்...

இல்லை... பணமில்லை.. போதாதென்றால்

நான் விமானத்தில் கூட்டிப்போகிறேன்...

அப்பா..உங்களுக்கு

கலைஞரின் கலைகள் எழுத்துக்கள் கொள்ளைப்பிரியம் தானே..உண்மையா..நான்

அவருக்கு அருகில் உனக்கொரு இடம் வாங்கித்தருகிறேன்...வருவாயா..

இல்லை.. பணம் போதவில்லை.. என்றால்..

கலைஞர் பெயரில் அவரது படைப்புகளைக்கொண்டு ஒரு நூலகம் கட்டித்தருகிறேன்..வருவாயா..

அப்பா..இப்போதும் நான்

உன் பெண் பிள்ளையாய் தான் கெஞ்சுகிறேன்..நான் ஆண் பிள்ளை-யாய் பிறக்காதது தான்

உங்களுக்கு இப்போதும் குறையாயிருக்கிறது..

அப்பா.. நான் ஆண் இல்லை..

அப்பா..ஆனால் எந்தவகையிலும்

ஆணுக்கு குறைவில்லை அப்பா..

அதை என்று உணர்கிறீர்களோ..

அதுவரை காத்திருக்கிறேன்..அப்பா.

என் கண்ணில் கண்ணீர் கடல் மட்டமப்பா..நான்

பெண்ணாய் பிறந்தது மட்டுமே மட்டமோ..அப்பா..அது

என் தவறில்லையே..அப்பா..

..நான்..

இயலி....

யார்... அறிவாளி...

பெயரிடப்படாத ஒரு குரங்கு

தன்னைத்தானே அறிவாளி என சொல்லிக்கொண்டு

காடெல்லாம் சுற்றித் திரிந்தது..

அதற்கு மற்ற குரங்குகள் பெயர் வைத்தன..

மனிதன் என்று..

ஒரு மனிதன் தன்னைத்தானே அறிவாளி என சொல்லிக்கொண்டு

தெருவெல்லாம் சுற்றித்திரிந்தான்..

அவனுக்கு மனிதன் பெயர் வைத்தான்.

..பைத்தியம்..என்று..

ஒரு பைத்தியம் தன்னைத்தானே அறிவாளி என்று சொல்லிக்கொண்டு

ஊரைச்சுற்றி வந்தது.. அதற்கு பைத்தியங்கள் பெயர் வைத்தன..

...சாமியார்...என்று...

ஒரு சாமியார் தன்னைத்தானே அறிவாளி என சொல்லிக்கொண்டு

கோவிலைச் சுற்றி வந்தார்.. அவருக்கு பெயர் வைத்தார்கள் மற்ற சாமியார்கள்..

.. கடவுள்..என்று...

இப்போது குரங்குகளும், மனிதர்களும்,பைத்தியங்களும்,சாமியார்களும்

கடவுளை வணங்கத் தொடங்கினர்.

யார்... அறிவாளி...

..இயலிசம்

நாங்களும் ஆண்களும் சமம்..

புரட்சியை விதைக்க
புடவையை துறந்தால்..
மானத்தை காக்க
மயிரை வெட்டினால்..
பெண்ணியம் போற்ற
பெரியாரிசம் பேசினால்
அடிமைத்தனத்தை ஒழிக்க
அன்போடு பழகினால்...
உரிமையைப் பெற உதட்டு சாயம் பூசினால்..
திறமையை நிரூபிக்க திமிரோடு நடையிட்டால்...
தன்னை உலகுக்கு காட்ட முக்காடை விலக்கினால்..
முடிந்தவரை போராடி முன்னுக்குப் போனால்....
முதல் ஆளாய் முன்நின்று முதுகெலும்புடைய குரல் கொடுத்தால்....
அவள் தான் பெண்களில் தேவதை...
அவளைத் தான் தேவிடியா..... என்கிறது...
நேருக்குநேர் மோதி வெற்றி பெற முடியாத
மூக்குக்கு கீழ் முடிமுளைத்த
இந்த வெட்கங்கெட்ட ஆணாதிக்கம்..
ஆணுக்கு நாங்கள் சமமில்லை நாங்களும் ஆண்களும் சமம்..
....இயலிசம்

எழுது சத்தியமாய் தடை உடைப்போம்..

எழுத்தாணி பிடிக்கும் தகுதி
எவருக்குமுண்டு..அதில்
எதுகை மோனை கூட்டித் தருவதுதான்
தமிழரின் தொண்டு..
எத்தகைய படைப்பானாலும்
எதிர்ச் சொல் உண்டு..அவை எவையென்று
அறியா வரை அறிஞரும் மலைப்பதுண்டு..
அண்ணாவும் அன்னாளில்
அரிச்சுவடியில் தான் தொடக்கம்..
அவை ஆராய கற்றுத்தந்த
ஆய்வுகள் தான் பின்னாளில்
தமிழரின் அடக்கம்..
ஆங்காங்கே தினம் முளைக்கும்
அற்புத கவிஞர் விருப்பம்
ஆனதெல்லாம் இனி கவியில்லை
அது ஆன்றோர் வேடிக்கை விண்ணப்பம்..
அந்நாள் வள்ளுவன் குறளிலும்
வருத்தங்கள் பலருக்கு இருக்கும்..
அவை புணராத கருத்துக்கள்
பூமியில் எப்படிப் பிறப்பெடுக்கும்...
எதைக்கண்டும் அஞ்சாதே
எழுந்து வா எந்தாயே அவிழ்ப்போம்
அமிழ்தினும் அரிதரிது ஆக்கங்கள்
பல படைப்போம்...
ஏனன்னை கண்ணகியே
காற்சிலம்புகளை மட்டுமே தேடுகிறாய்..
கோவலனோ எதிர்க்க வருவான்
ஏனடி இன்னும் புலம்புகிறாய்...

எட்டி மிதி எவன் எதிர்க்க வருவான்
ஏகலைவன் உனக்குள் அடக்கம்..
எதிரிகள் உனக்கில்லை
ஏட்டை தொடு அது உனது
தார்மீக விருப்பம்..
ஆணும் பெண்ணும் சமமில்லை
ஆனது போதும் பொறுத்தோம்..
இனி ஆண்கள் தான்
நமக்கு சமமில்லை..புது
விதி எழுது சத்தியமாய் தடை உடைப்போம்..
..இயலிசம்..

இது காதலின் அறிகுறிகள்...

இருவிழிகள்
கோலமிடும்...
இதழ் முத்தம் கேட்கும்...
இடை நில்லா ஆடைகளும்
அழகாகும்...
இவ்வுகம்
இருளாகும்..
அவன் தவிர
அனைத்துமே
அர்த்தமற்றதாகும்...
தம்பியின் பார்வைகள்
வேவு பார்க்கும்....
தாவணியை.தொட்டாலே..
சிரிப்பு வரும்..
முகம் பார்க்கும்
கண்ணாடிகள்
நண்பனாகும்...
இளையராஜா வின்
பாடல்களே
இசைக்க தோனும்...
இது
காதலின் அறிகுறிகள்...

....இயலிசம்

அக்கா உன்னை எனக்கு பிடிக்கும்

அக்கா உன்னை எனக்கு பிடிக்கும்
நீ கை தட்டி கூப்பிடுவாய்
உன் வளையல் சத்தம் பிடிக்கும்..
உன் வகைவகையான வண்ண உடுப்புகள் ஒப்பனைகள் பிடிக்கும்..
நீ வார்த்தைக்கு வார்த்தை தம்பி என்பாய்
உன் உணர்வு பிடிக்கும்..
தலையில் தடவி ஆசிர்வாதம் செய்வாய்
உன் கருணை பிடிக்கும்..
நீ கண்ணுக்கு மையிட்டு கழுத்தோடு மஞ்சள் கயிறிட்டு
என்னை கடந்து போவாய்
உன் நளினம் பிடிக்கும்..
அடுத்த முறை அம்பது ரூபாய் கொடுடா என
நச்சரிப்பாய் உன் நாணயம் பிடிக்கும்..
நீ கொடுத்ததை வாங்கிக்கொள்வாய்
உன் எதிர்பார்ப்பு பிடிக்கும்..
உன் கதை பேசும் எதிர்காலம் பிடிக்கும்..
நீ காதலைப் பேசும்
உன் வெட்கம் பிடிக்கும்..
உன் கதையைக்கேட்டு காதலுக்காய் அழப்பிடிக்கும்..
நீ வழியின்றி வாழ்ந்து சாகிறாய் அதற்கு வருந்த பிடிக்கும்...
உன்னை கடந்து தான் உயிர் வளர்க்கிறேன்...
உயிர் வருந்தும் கவலை பிடிக்கும்...
நீ வாழ்க்கையைப் பார்த்து
சிரிக்கிறாய் இன்னும்
என் தெருவோரம்.. நான்
சிரித்துக்கொண்டே
உன்னைக் கடக்கிறேன்..
என் மனதோடு பாரம்....

நீ கடவுளை வணங்குகிறாய்
எனக்கு அவை
கற்களாக தெரிகிறது..
நீ கல்லெறிபட்டும் வாழ்கிறாய்
உன்மேல் பட்ட கற்கள் கடவுளாகிறது..
நீ பெண்ணாகப் பிறக்காத தேவதை நீயும் ஒரு வரம்....
வரமாக பிறந்த பெண் தேவதைகளில்
நீ தான் தனித்துவம்..
..இயலிசம்..
www.eyalisam.com

என் காதல் நிர்வாணமானது...

எறும்பு ஏறும் கல்லும் ஊறும்
ஏனிந்த வாழ்க்கை
இப்படியா..இனி போகும்...
நேற்று வரை கனவு..இன்று தேய்ந்த இரவு..
நாளைமுதல் ஓட்டம்.. இரத்தநாளம் வரைக்கும்... ஏக்கம்..
நாக்கு சுடுகிறது.. நான் பேச கசக்கிறது.
நாளும் கிழமையும் இனி நானாக இல்லை என்பது புரிகிறது..
விரல் வினவுகிறது..விழி வினாவாகிறது
விடைபெறும் கன்னத்தில் உப்பளம் காய்கிறது..
வெட்டிவைத்த வார்த்தைகள் பட்டை தீட்ட மிளிர்கிறது...ஒப்புகைக்கு வைரமோ..
ஒப்பாரியில் மிரள்கிறது..
நடக்கும் பாதையில் என் நிழல்
என்னைத் திட்டி தீர்க்கிறது..
கல்லும் முள்ளும் காலோடு
கவிதை பேசி சிரிக்கிறது..
நான் இன்று நானில்லை..நீ
வாராதே..வாக்கியமே...
வார்த்தைக்கு வாய்வலிக்கும் வடிவங்கள் முக்கியமே..
குடமுழக்கு நிறைநாளில் குடித்தனம் குறைகுடம்..
தலையெல்லாம் நீர் தெளித்து
நான் அழுகிறேன்..
குடிமுழுக்கு..
நான் நூலாக இருந்தேன்
விழியால் நெய்து
ஆடையாக்கினாய்...
நான் ஆடையாகி வந்தேன்
நீ விரலால் கத்தரித்து

தாவணியாக்கினாய்..
நான் தாவணியாகி நின்றேன்
நீ வண்ணமிட்டு வார்த்தை தைத்து
சேலையாக்கினாய்.
நான் சேலையாகி வந்தேன்
நீ கவிதையாக்கினாய்....
நான் கவிதையாக வந்தேன்
நீ கருத்தாக்கினாய்..
நான் கருத்தாய் வந்தேன்
நீ என்னைத் தீண்டினாய்..
நான் என்னைக் கேட்டு வந்தேன்
ஏன் அணைத்தையும்
பறித்தாய்..
என் காதல்
நிர்வாணமானது...
....இயலிசம்

சகாரா உதடு வயாகரா நினைவு..

சகாரா உதடு வயாகரா நினைவு
நைல் நதி ஓரம் டைட்டானிக் போவோம்...
வா.. கடந்து போவோம்...
கதவிடுக்கில் அழகு ஒழுக
கண்களை மூடிக்கொண்டு
பூட்டுப் போட்டேன்..
அவள்
கதவிற்குள் மாட்டிக்கொண்டாள்...
கையளவு தூக்கி கண்ணோடு ஒத்தி
இரட்டை விரல் நீவி
இதழ்மேல் நீராவி தெளித்து
தெளித்தேன்..
காகிதங்களில் கோலமிட
புள்ளிவைத்தேன்..
அவளை நினைவோடு
பெருக்கினேன்..
ஆமாம்.... இல்லை.. இல்லை
அவள் ஆமா..
அத்தனை ஆயிரம் யானைகளை
அப்படி தூக்கி எறிந்திட்டாள்..
களிறுகள் கண் மீது உலாவ
உளி உடைய உழுதிட்டேன்..
அவள் நிலம்...
அவள் அளவு நீலம்...
வண்டு குடைந்து வயிறாரி
வாசனை பரப்பிய மாமரம்
வாரிக் கட்டிக்கொண்ட
வனற்புரம்...

வாசலில் வந்து வறுமை எனக்கேட்டு
வசதியாய் நின்ற
காமுக பிச்சைக்காரன் அவளிதழ்..
எட்டு நாளும் இப்படியோர் பகலை
தினம் தினம் தோண்டி
இருட்டுக்குள் புதைத்த
வைர முத்தங்கள்
அவள் பற்கள்...
வெட்டி எடுத்து வெந்த பின் வேய்ந்து
கொட்டி வைத்த வானத்தில்
வடை சுட்ட பாட்டியின்
சுடா மிச்சம்
அவள் கன்னம் வடையல்ல...வேறு......
காரிருள் கண்டு கருக்கொண்ட வண்டு
இருமுட்டை குஞ்சு பொறித்த
இருவாழைத்தண்டு
அவள் இணை நடை பாதம்...
கணுக்காலில் கூட காமன் மிச்சம் வைக்கவில்லை..
கருத்த புள்ளி ஒன்றை அவள்
இதழின் ஓரமாய் கூட
முத்தம் வைக்கவில்லை..
புடவை தழையத்தழைய புவி நடக்கிறது
புவியின் நடப்புகள் அவளுக்காய் நடிக்கிறது..
புத்தகம் புதுசாய் நாடகம் நடிக்கிறது..
புத்தாக்கம் பலவும் அவளால் நடக்கிறது..

ஒற்றைக்காற்புள்ளி மறைக்கப் பட்டிருக்கிறது..அவள் மெல்ல இயைந்து தாழ..அதில் இடை தொடர்கதை ஒத்திகை நடக்கிறது...

கூட்டத்தில் ஒரு வினா ஒப்பாரியாகிறது
ஒப்பற்ற காவியம் ஒன்று
அவள் நடை அசைவில் உருவாகிறது..
கூச்சம் இல்லா காற்றும் துணிந்து துணிக்கடை வைக்கிறது..

துணிகள் அணியா கண்கள் தான்
தொழில்நுட்ப வல்லநர் பதவி கேட்கிறது..
தட்பவெப்ப மாற்றங்கள் தாவணியை சூட கேட்கிறது..
தவமாய் பல தவறுகள் தவணை முறையில் பறிபோகிறது...
தாகம் இப்போதும் உதனமாய் வருகிறது.. தார்மீக காதல்
தற்கொலை செய்கிறது..
வா..வந்து காற்றை இழுத்து கைக்கொண்டு நசுக்கு
நான்
கண்களுக்குள் மாட்டிக்கொண்டேன்..
கையால் இமையை கசக்கு..போதும்...

அன்னலட்சுமியின் அவசர அழைப்பு...அம்பது ரூபா..

அவள் அழகாக இருக்கிறாள்
அன்பாக பேசுகிறாள்
அளவெடுத்து காதலை அடி மனது வரை வீசுகிறாள்...
அத்தனைக்கும்
அளவுகோலாய் காசைத்தான் கேட்கிறாள்..
பாவம்
பணம் ஏமாந்து போகிறது.. அவளிடம் அன்பை எதிர்பார்த்து...
இரவில் பேசினால் இனிப்பாளாம்
இருதயம் திறந்து பேசவும்
இசைவாளாம்..
இதழ் போதை கூட்டவும்
இணைவாளாம்..
இவையெல்லாம் பணத்திற்காய் தருவாளாம்..
பாவம்
கருணை கட்டிலை
தூக்கிச் சிலுவையில் அறைகிறது..
முதல்முறை பேச முன்பணம்
கேட்பாளாம்
முழுவதும் பேச முன்னறிவிப்பு
செய்வாளாம்..
முடிந்தவரை முகம் காட்டி
முடக்கம் செய்வாளாம்..
முடிவில் மட்டுமே திருத்தம் செய்து முடிப்பை அவிழ்பாளாம்..
ஆமாம் இவை அத்தனையும் அவசியமாம்
முன்னறிவிப்பு இலவசமாம்...
அது காதலுக்கு மட்டுமே
கரிசனமாம்... இதுதான்
அவள் காதலின் அவசியமாம்....

குறுஞ்செய்தியில் சிரிக்கிறாள்
என் சில்லறையில்லா மனது
சத்தமாக அழுகிறது..
இப்போதும்.. எப்போதும்...
காதலை.. அவளிடம்...
எதிர்... பார்த்து...அழுது..
வயிற்றுக்குள்
முடங்கிப் போகிறது...
சட்டையை கழற்றி எறிந்துவிட்டு தேடுகிறேன்..
மனசு எங்கே...கண்ணாடி முறைக்கிறது..
மனசை மறைத்து வைத்துவிட்டு
தேடுகிறேன்..
மகிழ்ச்சி எங்கே..இதழ் சுழிக்கிறது..
மகிழ்ச்சியை மறந்துவிட்டு
மானத்தை தேடுகிறேன்..
மறைப்பு எங்கே..இமை தாழ்கிறது..
மறைப்புக்குள் வாழ்ந்து கொண்டு
என்னையே தேடுகிறேன்..
நான் எங்கே..
விழி வழுக்கி விழுகிறது..
தரைமீது கண்ணீராய் அல்ல
தண்ணீராய்...
ஓடும் நதியொன்று
ஒற்றைப் புன்னகை சிந்தி
கலவு கொள்ளும்
வயலோடும் வரப்போடும்..
வானம் தின்ற எச்சம்
வாய்க்குகிட்டும் வரை நாக்கை நீட்டும்
பயிரும் ..
வாய்ப்பு வருமென்று வாடிப்போகாத சில வயிரும்
இன்னும் செத்துப் போகவில்லை...நம்பிக்கையை சொத்தாக வைத்து

வாழ்கிறது...
ஒருநாளேனும் காலை விடியும் என்று
கண்மூடி கனவாகிறது...
.....இயலிசம்

ஊட்டி உறைந்து போய் நிற்கிறது

மேகக் கூட்டங்கள் மெல்ல கலைந்து
முகமதி தெரிய...
சிறிய மேடுபள்ளங்களில் மேலிறங்கி ஓடுகிறது..
அங்கங்கே அழகான பசுமைப் சாலைகள்
சுமந்த சோலைகள்..
மெல்ல மெல்ல வரிகளில் ஊர்ந்து செல்லும் எறும்புகளாய் தேனீக்கள்...
தெற்குப் பக்கமிருந்து சத்தமிட்டு
எச்சரிக்கும் விழி பதாகைகள்
பார்த்ததும் மீண்டும் பயணப்படும்
விரல்கள்..
விளக்கு வெளிச்சத்தில்
இருளைக் தேடும் இமைகள்
இவையெல்லாம் கலந்த கூடங்கள்
அவை மாடங்கள்..
உடையை மெல்ல விலக்கி
உள்ளே நுழைந்ததும்
உயிரை கூச்சரியச்செய்யும்
வனப்புகள்..பசுமைக்காடுகள்..
கலவாடிய வியர்வை காற்றும்..
மெல்ல மேலே செல்லச்செல்ல
காதடைத்து கவிதை பேசும்
குளிர் அரவணைப்புகள்...சத்தங்கள்.
இவற்றோடு இப்போதும் இசைக்கிறது
புதையலாக பலரை புதைக்க காத்திருக்கிறது..
அந்த முகம் காட்டாத பருவகாடுகள்...
ஒலியின் அளவை ஒவ்வொரு நொடியும்
அதிகரிக்கும் பற்கள்
ஒன்றோடு ஒன்று உரசிக்கொண்டு

கலவிடும் சூடான மூச்சுக்காற்றுகள்
இவையோடு தான் பயணமும்
பாதி தூரத்தில்....நானும்....
இரவு மெல்ல மெல்ல உடையை
விலக்கி
அங்கங்கே
ஒற்றை விளக்கின் வெளிச்சத்தில்
உடல்களைத்தேடும் கண்களுக்கு
இரையாகப் போகும் நேரம்..அது
நான் இன்னும் வேகமெடுக்கிறேன்
வேதனைகளை எங்கோ தொலைத்துவிட்டு
இங்கே தேடுகிறேன்.முடிவுகளை நோக்கி முன்னேறுகிறேன்..
ஊசி தைக்கும் வளைவுகளுக்குள்
நெளிந்து நசுங்கிப் போகிறேன்..
சில மணித்துளிகள் தேடலில்
மூச்சு முட்டுகிறது.. எனக்கும்
ஓய்வு கேட்டு ஒரு நொடி நிறுத்துகிறேன்..
அந்த தேனீர் கடையோரம்...
ஊட்டி உறைந்து போய் நிற்கிறது
என் வாகனம் சூடேற்றி நிற்கிறது..
.....இயலிசம்

அவள் சேலை கடந்துபோகிறது

படுக்கையில் கழுத்தை இறுக்கி நெறித்து
முத்தமிடுகிறது..
தாலிக்கயிறும்
அவன் நினைவும்
நான் மாட்டிக்கொள்கிறேன்
காதல் நினைவுக்குள்..
இதயம் பாரமாகிறது..
இதழோரம் அவன் நினைவு
வழிகிறது..
தாலிக்கயிறு இப்போதும்
கழுத்தை இறுக்குகிறது..
அவன் நினைவு
மூச்சுவிட சிரமப்படுகிறது..
மனசு இப்போதும்
மறைத்து வைக்கப்பட்டுள்ளது..
மறைவாக
அவன் காதல்...
உறக்கத்திற்குள் மெல்ல நுழைந்து உளறி வைக்கிறது..
உதட்டோரம் கூதற்காற்று..
முதலில் காதோரம் பேசுகிறது..அது
கடைசி வரை நீள்கிறது..
காதல் கழுத்து வரை கூசுகிறது..
மெல்ல உடையை சரிசெய்கிறது சேலை...... இப்போது
அது
இடைவெளிகளை தேடி அலைகிறது..
ஏதோ ஒரு நொடியில் மீண்டும்
நுழைகிறது.. இப்போது
மார்பின் ஓரம் கூட கூசுகிறது..

எனக்கு...

மெல்ல நினைவு

திரும்பிப்படுக்கிறது.. இல்லை

திருப்தி இல்லை..

காற்று இந்த முறையும்

இருதயத்தின் மத்தியை திருட முயல்கிறது... நான் மெல்ல

முணங்குகிறேன்..

மூச்சுக்காற்றால் எரிக்க முயல்கிறேன்...

கூதிர் விடுவதாயில்லை..

மறுபடியும் ஒருமுறை

முட்டி மோதி முடிவுவரை தழுவி

முத்தமிட்டே தீருவதென்று

விரல்களோடு போரிட்டு

விடிய விடிய விரைகிறது..

இரவு காலோடு விரைத்துப்போய்

விடிகாலையில் எழுகிறது..கடித்து சுவைத்த

கம்பளிப் பூச்சிக்கு

இப்போது வியர்க்கிறது..

விரல்கள் மின்விசிறியை

அணைத்துக்கொண்டு

மீண்டும் ஒருமுறை

குட்டி முத்தம் கேட்டு அடம்பிடிக்கிறது...கம்பளி அசதியில் ஓரமாய் கிடக்கிறது..

சேலையின் விரல்கள் தலைக்கு அடியில் தவமிருக்கிறது..

தவணை முறைக்காய் கம்பளி தாமதிக்கிறது..

ஆனால்..

அந்த அலாரச்சத்தம் அலறியடித்து எழும்புகிறது.

அவளை அரவணைக்க ஆதவன் வந்திருப்பதாய் சேதி சொல்கிறது....

சேலையில் அழகு மெல்ல அதை நோக்கி திரும்புகிறது...

இரவும் பகலும் இப்படித்தான்

என் மீது குளிர் போல

காதலை கொட்டித் தீர்க்கிறது.எனக்கோ ..

சேலைக்கோ பலநேரம் வியர்க்கிறது..

நான் சேலையாகிய

இரவைத்தான் நேசிக்கிறேன்

என்பதை ஏனோ.. இன்னும்

புரிந்து கொள்ளாமல் இருக்கிறது... மின்விசிறி..புலம்பியவாறு..

இமைகளை கசக்கிக்கொண்டு

மெல்ல கற்பனை எழுகிறது..

இப்போது....கட்டில்..

பிரிவால் அழுகிறது..

அவள் சேலை கடந்துபோகிறது...என்னை விட்டு தூரமாய்...நினைவு தூங்குகிறது...

....இயலிசம்

வைரமுத்து வார்த்தைகளை திருடாதிருந்தால்..

வைரமுத்து வார்த்தைகளை திருடாதிருந்தால்
வாலியும் கள்ளத்தனம் புரியாதிருந்தால்
கம்பனும் கற்பனையில் பிறக்காதிருந்தால்
நானும் கவிஞனாய் மரிக்காதிருப்பேன் ..
கட்டிலில் பூக்கள் கசங்காதிருந்தால்
கால்கொலுசு சத்தங்கள் கனவு காணாதிருந்தால்
மெட்டுக்கள் போர்வைக்குள் குளிர் தேடாதிருந்தால்
நானும் கவிதையாய் பிறவாதிருப்பேன்
எழுதுகோல் என்விரலில் உடையாதிருந்தால்
எதுகை மோனைகள் அழுகாதிருந்தால்
என் நினைப்பு காதலோடு கலவாதிருந்தால்
நானும் எங்கே கற்பனையாகி இருப்பேன்
பந்தமும் பாசமும் படராதிருந்தால்
பாதி பசித்த வயிறு குறையோடிருந்தால்
விவசாயிக்கு வியர்வை துளிர்க்காதிருந்தால்
நானும் இங்கே துவண்டுபோயிருப்பேன்
விண்ணும் விளக்கணைத்து உறங்காதிருந்தால்
விதி வசத்தால் வெண்ணிலவும் கரையாதிருந்தால்
இரவில் மல்லிகை மலராதிருந்தால்
நானும் இங்கே மொட்டாகவே இருப்பேன்
காற்றும் என் காதில் பாடாதிருந்தால்
பாலைவனம் இப்போதும் பூக்காதிருந்தால்
பாறைக்குள் செடியொன்று முளைக்காதிருந்தால்
நானும் தேரையாய் தேங்கியிருப்பேன்
பத்தினி குளமொன்று சமைக்காதிருந்தால்
பாடையில் போகும்போதும் பணம் அழுகாதிருந்தால்
மயானம் போகும் பிணங்களுக்கு மத்தளச்சத்தம் பிடிக்காதிருந்தால்
நானும் இப்போது வேற்று தோலாகவே இருந்திருப்பேன்

வன்மம் வாசல்வரை வாராதிருந்தால்
வாரிசு சான்றிதழ் வகைப்படுத்தப் படாதிருந்தால்
வணக்கம் சொல்ல சாதிகள் குனியாதிருந்தால்
நானும் இப்போது நிமிர்ந்து நின்றிருப்பேன்
நீயும் நானும் பேசாதிருந்தால்
நினைவுக்குள் உன் பார்வை கூசாதிருந்தால்
குளிர் காற்று உடலை ரசிக்காதிருந்தால்
நானும் உன்னோடு காதலில் பத்தாக இருப்பேன் ..
.....இயலிசம்

நான் அழுகிறேன்.. குடிமுழுக்கு..

எறும்பு ஏறும் கல்லும் ஊறும்

ஏனிந்த வாழ்க்கை

இப்படியா..இனி போகும்...

நேற்று வரை கனவு..இன்று தேய்ந்த இரவு..

நாளைமுதல் ஓட்டம்.. இரத்தநாளம் வரைக்கும்... ஏக்கம்..

நாக்கு சுடுகிறது.. நான் பேச கசக்கிறது.

நாளும் கிழமையும் இனி நானாக இல்லை என்பது புரிகிறது..

விரல் வினவுகிறது..விழி வினாவாகிறது

விடைபெறும் கன்னத்தில் உப்பளம் காய்கிறது..

வெட்டிவைத்த வார்த்தைகள் பட்டை தீட்ட மிளிர்கிறது...ஒப்புகைக்கு வைரமோ..

ஒப்பாரியில் மிரள்கிறது..

நடக்கும் பாதையில் என் நிழல்

என்னைத் திட்டி தீர்க்கிறது..

கல்லும் முள்ளும் காலோடு

கவிதை பேசி சிரிக்கிறது..

நான் இன்று நானில்லை..நீ

வாராதே..வாக்கியமே...

வார்த்தைக்கு வாய்வலிக்கும் வடிவங்கள் முக்கியமே..

குடமுழக்கு நிறைநாளில் குடித்தனம் குறைகுடம்..

தலையெல்லாம் நீர் தெளித்து

நான் அழுகிறேன்..

குடிமுழுக்கு..

•••இயலிசம்

இன்று குடியரசு தினம்...

இன்று குடியரசு தினம்
யார் யாரோ வந்தார்கள்
கொடியேற்றினார்கள்...
வாழ்த்துகள் சொன்னார்கள்...
முகப்பில் படம் வைத்து வாழ்க பாரதம் என்றார்கள்..
வலிமையான பாரதம் என பிரிவினை பேசினார்கள்
சாதித்தவை எல்லாம் சாதனை என்று சாதிக்காரர்கள் பேசினார்கள்
சத்தியமாய் சமையல் ருசிக்கிறது
சாதனை விலையேற்றம் பேசினார்கள்..
விறகில் அடுப்பெரித்தோம்
காடுகள் வாழ்ந்தது பேசினார்கள்
இப்போது சிலிண்டருக்கு மாறிவிட்டோம்
காடு காணாமல் போனது பேசினார்கள்..
அதிகாரிகள் கழிவறைகளை கட்டித்தர திட்டம் போட்டார்கள் பேசினார்கள்..
சொகுசு கழிவறைகளோடு அதிகாரிகள் இப்போதும் காகிதத்தில் கழுவுகிறார்கள் பேசினார்கள்...
நேற்று வரை தெருவில் போராட்டம்
சாலையில் பள்ளம் கண்ட எதிர்க்கட்சிக்காரர்கள் பேசினார்கள்...
இன்றோ சொகுசு காரில் பயணம்
பள்ளம் பஞ்சுமெத்தையானது பேசினார்கள்...
மதுபானம் குடிக்க தடைவிதிப்போம்
நேற்று பேசினார்கள்..
இன்று மதுபானகடைகளில் குளிர்சாதன வசதி கேட்டு பேசினார்கள்.
ஏன் வீணாக சமாதிக்கு கோடிப்பணம்
கேள்வி கேட்டு பேசினார்கள்..
கோடியில் கோவில் கட்டினார்கள்
செத்தவருக்கு இப்போதும் பேசினார்கள்...

நாளையும் பேசினார்கள்..
நாடு வல்லரசாகுமாம் பேசினார்கள்..
நாக்கு வறண்டது
தண்ணீர் பாட்டில்கள் தேடினார்கள்...
புதிய திட்டத்தில்
ஒரு லிட்டர் தண்ணீருக்கு அதிகபட்ச விலை நூறுரூபாயாம்
நிர்ணயித்தார்கள்...
நான் இப்போதும் ஏமாளியாக
கொடியை பிடித்தவாறு
நின்றிருந்தேன்...
இனிய குடியரசு தினம்...
தினம்..தினம்...யாருக்கோ...
...இயலிசம்

வந்து விடு கனவுக்குள்.....

நான் உறங்கா நாட்களுக்கு
இரவென்று பெயரில்லை..
நான் மயங்கா கனவுகளுக்கு
இவனன்றி உரிமையில்லை..
துளி தூக்கம் வரவில்லை
உன் நினைப்பு
விடை இன்னும் தெளிவில்லை..
விழி மூடும் நினைப்பில்லை
மனதோடும் மனமில்லை
கசப்போ மருந்தோ நீ..
கவனத்தில் நானில்லை..
காலமோ கற்பனையோ நீ
காதலோடு கலப்பில்லை..
கண்ணிமைக்குள் நீயிருக்க
கருவிழிக்குள் பாரமடா
கண் மூடி நான் தூங்க
கட்டிலும் மரமடா
தலையணை ஈரமடா....
காதலை நான் தின்ன
கவளமோ உன் கவனம்
கவனிக்க ஆளின்றி
காய்வதோ என் மனம்..
கானலாய் நிலா
காதோரம் உலா..
மூச்சுக்காத்து முத்தம்
முழுமதி இல்லை நித்தம்
ஏக்கம்..
ஏனோ நானாக நீ..

ஏக்கத்தோடு நீயாக நான்..
ஏனோ காதலோடு நான்
என்னுள் காணாத நீ..
விடியும் வரை மோதல் தான்
இருதய அறைக்குள்
போர்க்களம் தான்..
இலவம் தானடா
என் காதல்..
இமைவசம் தானடா
இதழ் தேடல்...
இருதயம் தீண்டாத
வாய் வார்த்தை
இமை கிணற்றில்
இருந்தென்ன பயனோ...
இருவரும் சேராத
இரவுகள்
வருவதால் ...
நிலவே..நீயும்..நானுமோ..
நிழலும் அகலுமோ...
விண்ணும்..மண்ணுமோ..
விழி தீண்டிய வெளிச்சமோ..
நீ சொல்லா
என் காதல் போல்...
தூரமாய்...துளிர்க்கிறாய்...
தூக்கத்தில் சிரிக்கிறாய்...
உன்னால் உளறுகிறேன்
உடையை களைந்து தான்
உறங்குகிறேன்...
வந்து விடு கனவுக்குள்.....
..இயலிசம்...

அந்த சாலையோர வாகனவெளிச்சங்கள் ..

நான் உறக்கம் தேடுகிறேன்

இமை கனக்கிறது...

நான் கனவைத் தேடுகிறேன்

தூக்கம் சுமையாகிறது..

நான் கவலைகளை விதைக்கிறேன்

கண்ணீர் அறுவடையாகிறது...

பூக்களைப் பறிக்க கோடாரிகள்

தேவையாம்..

புன்னகைக்கும் உதட்டுக்கு

சாயம் சக்களத்தியாம்.....

புரியாமல் கோர்க்கிறேன்

வார்த்தை வழிகின்றது..

வாக்கியம் வலியாகின்றது...

மண்டைக்குள் மத்தளச்சத்தம்

விரல்களுக்குள் நாட்டியம்

விடியும் வரை போதையும்

தெளிந்திடாத வாழ்க்கை பாதையும் அவனை நோக்கியே...கேவலம் கேள்விகளை மட்டுமே சுமக்கிறது....

பாதங்கள் சுடும் மணலில் சுவடுகள் சிரிக்கச்சிரிக்க

சிவக்கிறது..அவன் நினைப்பு

வெட்கமாய் அந்தநாள் அரவணைப்பு.....

கொசுவம் சொருக மறந்தேன்

நான் சேலையின் மிச்சமாய் இருந்தேன்..மறந்தது...பறந்தது.

பறக்கட்டும் விடேன்

அதாவது காற்றோடு கலக்கட்டும்...

கரை படிந்த சேலை நுனியில்

ஓரமாய் படித்தவை படரட்டும்.. இன்னும் ஒருமுறை தொடரட்டும்....

பழைய நினைவை ஆடைகளுக்குள் சரிசெய்கிறேன்... நான் சரியாகிறே-னாம்..சிரிக்கிறேன்..உதடு வலிக்கிறது....

தேவை தானா இப்போது தெருச்சாலை விளக்கு

அது என்ன விளக்கோ...எனக்கு..

தள்ளித்தள்ளி நடக்கும் கால்நடை ஒத்திகை கணக்கோ..

ஒகோ...இவை ஒத்தாட அவனைத்தேடுகிறதோ..

அதுவும் என்ன கணக்கோ...

கோடி உறக்கங்கள்

கோவில் கருவறை நெருக்கங்கள்...

பூசைகள் பலன்கள் இறுதியில்

கடவுளுக்கில்லை படையல்கள்.....அதை முதலில் அவனிடம் சொல்லுங்-கள்..

இன்னும் இறக்கம் வைத்த இடுப்போரம் இறக்கி வைக்கிறேன்....

அவன் நினைவுகளை மஞ்சள் கயிற்றோடு

இப்போதும் சொருகி வைத்திருக்கிறேன்..அவனை வரச் சொல்லுங்கள்... நான் காட்சியாக்கணும்...கடவுளை அதற்கு சாட்சியாக்கணும்...

இந்த இரவை இறைச்சியாக்கணும் இறைவனுக்கு இப்போதையில் இவளை படைக்கணும்...

சிறிய சிணுங்கல்... இரவில் சிரிப்பு சித்திரைப் பொங்கல்... மல்லிகை மணக்கிறது.. மனசுக்குள் வியர்க்கிறது..

சாயம் சரிபார்த்தல் இப்போதும் சாலையில் என் சேலை சந்திக்கிறது ...

கற்களையும்...சில கண்ணசைப்புகளையும் திருடுகிறது......அவனை கைது செய்யச் சொல்லுங்கள்..என் கழுத்தை அதன் கீழ் வாழும் மனத்தை.. அதற்கு நடத்தச் சொல்லுங்கள்.. எங்கள் திருமணத்தை.. இன்னும் எத்தனை முறையோ முதலிரவுகள்...கட்டிலுக்கு...

மீண்டும் நடுவே சிரிப்புத்தான்

இப்போது

சிணுங்கல் இல்லை வெறுப்புத்தான்...

நாளைய தெருவிளக்கு எரிகிறது.. இப்போதும் குத்துவிளக்கு எண்ணெய் இல்லாமல் அணைகிறது..இரக்கம் இறக்கிறது... இல்லை.. இல்லை..

இவளிடம் இருப்பிருக்கிறது...

இப்போதும்

அந்த சாலையோர வாகனவெளிச்சங்கள் கண்ணடித்தபடி

என்னை முழுவதும் தின்று பசிக்கிறது...

வாழ்க்கை இதுவல்ல..என்பது மட்டும் வயிற்றுப் பசிக்கு புரிய மாட்டேன் என அடம்பிடிக்கிறது..

....இயலிசம்

அவன் சுடா என் சுவாசம்

அவன் சுடா என் சுவாசம்
தனிமை தான்...
அவன் சூடா என் சுவாசம்
இறப்பு தான்...
அவன் படா என் பார்வை
குருடு தான்..
அவன் பாடா என் பார்வை
மலடு தான்..
அவன் விழா என் நிழல்
கருப்பு தான்..
அவன் வீழா என் நிழல்
கற்பு தான்..
இது
அவன் நினைப்பு தான்
அது
என் பொறுப்பு தான்...
....இயலிசம்

அந்த தோப்போர அரளிச்செடி...

அந்த தோப்போர
அரளிச்செடி
இன்னும் சில மல்லிகாக்களையும்
காதலையும் ஏனோ
நினைவுபடுத்துகிறது..
அந்த தோப்போர
அரளிச்செடி
இன்னும் சில
குமுதாக்களையும் குறைப்பிரசவங்களையும்
நினைவுபடுத்துகிறது...
அந்த தோப்போர
அரளிச்செடி
இன்னும் சில
கனகாக்களையும் கள்ளக்காதலையும்
நினைவுபடுத்துகிறது..
அந்த தோப்போர
அரளிச்செடி
இன்னும் சில
இன்பங்களையும் இறப்புகளையும் தாங்கிய
நினைவாக நிற்கிறது.
நினைவு கசக்கும் போது
சிலருக்கு கசப்பு மருந்தாகவும் இருக்கிறது...
இன்னும் அந்த
அரளிச்செடி
தோப்போர பணக்கார வீடுகளில் தான்
வாழ்கிறது.அதற்கு
சாதி வெறிதான் உணவாக ஊற்றப்படுகிறது..
..இயலிசம்...

காய்ந்த மரம்.. நான்..

இமையோரம் இருட்டு மெல்ல கரைகிறது
இதழ் தாண்டி ஓடி
இருளில் இன்பம் புதைகிறது..
இந்த நொடி வாழ்க்கை வாசிக்க
அழைக்கிறது..
வீணை விரலை விட்டு விட்டு வசிக்கிறது..
இன்று வரை நீ சொன்ன
காதைகள் பிடிக்கிறது..
காதுகள் ஓரம் மட்டும் இன்னும்
உன் மூச்சுக்காற்றை தேடுகிறது..
மூச்சு முட்டுகிறது
முகவரி முந்தானைக்குள் முழிக்கிறது..
முன்நெற்றிப் பொட்டுக்கு ஏக்கம் வருகிறது
ஏனோ இந்த விரலில் கண்ணீரும் ருசிக்கிறது..
வம்பு செய்த நாட்களெல்லாம்
வனம்போல் காய்ந்து சிரிக்கிறது
வளம் இழந்த வனம் இன்று
வகிடோரம் நரைக்கிறது..என் கண்ணாடியின் ஓரம் நகைக்கிறது..
கம்பும் நெல்லும் கறிச்சோறும்
கழிப்பும்..
கலந்து களிக்க காளைக்கு நிற்கிறது..
கதவடைத்த படல் தாண்டி
ஆசையும் குலைநடுங்க குதிக்கிறது..
தூரமும் இருட்டு துரத்தலும் இருட்டு
தும்மலும் விக்கலும் தூக்கத்திலும் விரட்டு..
விதிமுடிந்த விரககாதி விட்டத்தில்
காய்ந்த மரம்.. நான்
நாளையும் இன்று..

இயலிசம்...

ஏனோ என் இரவுநேர கற்பனையில்..

ஏனோ என் இரவுநேர கவிதைகளில்
என் பேனாக்கள் மட்டுமே
உறங்குகின்றன..
ஏனோ என் இரவுநேர வார்த்தைகளில்
என் வருத்தங்கள் மட்டுமே
விழித்திருக்கின்றன.
ஏனோ என் இரவுநேர வரிகளில்
என் இதழ்கள் மட்டுமே
தனித்திருக்கின்றன.
ஏனோ என் இரவுநேர புத்தகத்தில்
என் கண்கள் மட்டுமே
மூழ்கிப்போகின்றன..
ஏனோ என் இரவுநேர பதிப்பகத்தில்
என் நினைவுகள் மட்டுமே
வரைவாகின்றன..
ஏனோ என் இரவுநேர எழுத்துப்பிழைகளில்
என் விரல்கள் மட்டுமே
கெஞ்சுகின்றன...
ஏனோ என் இரவுநேர வர்ணனையில்
என் சொற்கள் மட்டுமே
சுகம் தேடுகின்றன..
ஏனோ என் இரவுநேர கற்பனையில்
என் இனியவன் நினைவாய் மட்டுமே
உடனிருக்கிறான்..
....இயலிசம்

உன் கைக்குள் நான் ஆக வேண்டும் அடக்கம்..

இப்போதும் நீ விழித்திருப்பதாய்
நான் நம்புகிறேன்..
நான் தவித்திருக்கிறேன்
அதை நீ நம்புவாயா...
இப்போதும் நீ நினைத்திருப்பாய்
நான் நம்புகிறேன்..
நான் தனித்திருக்கிறேன்
அதை நீ நம்புவாயா...
இப்போதும் நீ காதலிப்பதாய்
நான் நம்புகிறேன்..
நான் காத்திருக்கிறேன்
அதை நீ நம்புவாயா..
இப்போதும் நீ எனக்காக வாழ்கிறாய்
நான் நம்புகிறேன்..
நான் தேடுகிறேன்.
அதை நீ நம்புவாயா..
இந்த நொடி
ஊரெல்லாம் நிசப்தமாகிப் போக
என் இருதய ஓசை சப்தமாகப்பேச
உடுப்புக்கு மேலே உறக்கம்
கழுத்தை நெறிக்கிறது..
கட்டில் கால்களுக்குள் நடுக்கம்
பருவம் சுமையாகிறது..
நான் பாதி தூக்கத்தில் விழித்தால்
தலை மேலே சுழலும் மின்விசிறி
கையணைக்க கூப்பிடும்..
கழுத்து வரை கம்பளியும்
கட்டியணைக்க கூடிடும்..

கள்வரில்லா இந்த குளிர் இரவை
சேமித்து வைத்து பயனென்ன..
கண்களை மட்டும் மூடிக்கொண்டு
கனவு கண்டால் பயனென்ன..
காதலை மட்டுமே நீ சொல்லி விட்டு
காத்திருக்க வைப்பதால் பலனென்ன..
பைத்தியம் பிடிக்கிறது இப்போது
எனக்கும்..
வைத்தியம் பார்க்க உன் கைக்குள்
நான் ஆக வேண்டும் அடக்கம்..
இயலிசம்..

அடிமை என் எழுத்துக்கள் ...

எதை கற்பிக்க முயல்கிறது
இந்த சமூகம்..என
யோசிக்கத் தோன்றுகிறது...
தோல்விகள் நிரந்தரமல்ல என்பதை
உணரத் தோன்றுகிறது...
பத்தாம் வகுப்பில் முந்நூறைத்தாண்டாதவன்
முதுகலை பேராசிரியர்..
கல்லூரியில் மூன்றாம் தரத்தில்
தேர்ச்சி பெற்றவன்
ஆங்கிலப் பேராசிரியர்..
பள்ளியிலும் வாழ்க்கையிலும்
முதல் பெஞ்சில்
பட்டினியாய் தான் வாழ்க்கையை ஓட்டுகிறான்
என் முதல்தர மாணவன்...
ஏன் இந்த நிலை
இதை யாரும் கேட்கா அவலநிலை..
படிக்கத் தெரிந்த அவனுக்கு
படிக்கும் வாய்ப்பு கிடைத்ததா..
பசி போக்கத் தெரிந்த அரசு
கடனின்றி கல்வி கொடுக்க முயன்றதா..
வங்கிக் கடனை தள்ளுபடி செய்யும்
அரசியல்வாதிகள் ஏன்
கல்விக்கடனை தள்ளுபடி செய்ய வருவதில்லை...
ஏன் கடன் வாங்கி கற்கும் நிலையை ஒழிக்க நினைப்பதில்லை..
விதவிதமாய் பள்ளி வளாகம் கட்டும்
பள்ளிகள் ஏன்
கல்விக்கட்டணம் பெறாமல் இருக்க முடிவதில்லை...
ஐந்தாயிரம் சம்பாதிக்கும் தனியார் பள்ளி ஆசிரியருக்கு

ஏன் ஐம்பதாயிரம் சம்பாதிக்க தெரிவதில்லை...
மாதமெல்லாம் உழைத்து கட்டணம் கட்டும் நமக்கு ஏன்
கட்டணம் கட்டும் நிலை வந்ததென
கேள்வி கேட்க நேரமில்லை...
அரசாங்கம் போடும் சட்டங்கள் ஏன்
அடிமை விலங்கை உடைக்க வில்லை..
அலுவலகத்தில் நடக்கும் அத்துமீறல்கள் ஏன்
அரசின் கண்களுக்கு தெரிவதில்லை..
அடிமை என் எழுத்துக்கள் எப்போதும்
ஏன் அறிந்தவர் கண்ணுக்குத் புரிவதில்லை..
..இயலிசம்.

மாத இறுதியில் சம்பளம் கேட்டு அழுகிறார்கள்....

ஒரு கதை சொல்றேன் கேளுங்கள்..
உங்களைப்போல யானையையும் மாற்றிய ஒரு கதை
சொல்லறேன் கேளுங்கள்..
காட்டுக்குள் ஒரு யானைக்குட்டி
தன் தாயோடும் தந்தையோடும்
கூடிக்குலாவி களித்திருந்தது..
ஆங்காங்கே காணும் இடமெல்லாம்
கண்ணில் பட்ட பழமரங்களை
பறித்தே பசியாறியது..பாய்ந்து ஓடி
விளையாடியது..
பலநாட்கள் இப்படித்தான் அதற்கு
பகல்நேரம் போனது..
தாயும் தந்தையும் காணாத நேரம்
கண்ணியில் சிக்கியது..
கயவர்களின் கூண்டுக்குள்
மாட்டிக்கொண்டது..
அழுதது புலம்பியது
அம்மா...அம்மா எனக் கதறியது.
ஆதரிக்க யாருமின்றி வருந்தியது..
ஆனாலும் பசிமயக்கம்
யாரோ தந்ததை எல்லாம் ருசித்தது..
சிலநாள் செல்லச்செல்ல
இருந்த இடத்தில் இருந்தபடி
ருசிப்பது பிடித்தது..அது
சோம்பேறியும் ஆனது..
ஓர்நாள் ஓரிரவில் அதற்கு
சுதந்திரமும் கிடைத்தது..
அகப்பட்ட கூண்டுக்குள் இருந்து

அகற்றப்பட்டு கோவிலுக்குள் நுழைந்தது..
அங்கு கண்ட கடவுள்கள் எல்லாம்
தன்னைக்காண காத்திருப்பதை அறிந்தது..
கூடியிருந்த கூட்டத்தைப் பார்த்து
கூச்சல் போட்டு சிரித்தது.
தன் நெற்றியில் போடப்பட்ட
பட்டையும் நாமமும் பிடித்தது..
கழுத்தோர மணியோசையில்
நடனமாடி களித்தது.
நாளும் பொழுதும் கடவுள்களை தூக்கிக்கொண்டு நடந்து திரிந்தது.
பெருமை பெற்றது..
சில நாட்கள் செல்லச்செல்ல
அதுவும் கடவுள் ஆனது..
வருவோர் போவோர்க்கெல்லாம்
தலையில் தட்டி ஆசீர்வாதம் செய்தது..
அப்பப்போ சில பேர் தரும்
அம்பதையும் பத்தையும் பாகனிடம்
கொடுத்தது..
பாகன் அதற்கு உரிமையில்லை
அது குருக்கள் பைகளில் நிறைந்தது..
சிலநாளில் குருக்களும் தலைமை குருக்கள் ஆனார்..அவரது
குடிசை வீடும் கோபுரம் ஆனது...
கோவிலும் வளர்ந்தது
கடவுள்களும் வளர்ந்தார்கள்.
யானையும் வளர்ந்திருந்தது...
ஆனால்
யானையும் பாகனும்
இப்போதும் ஆசீர்வாதம் தான்
செய்கிறார்கள்..
அவர்கள் இன்னும் கையேந்தியபடி
வாசலோரம் தான் நிற்கிறார்கள்.

இன்னும் அவர்கள் அவர்களை
உணராமலே தான்
வாழ்கிறார்கள்.ஏன் கையேந்துகிறோம்
என சிந்திக்காமலே இருக்கிறார்கள்
நம்மைப்போல மாத இறுதியில்
சம்பளம் கேட்டு அழுகிறார்கள்....
இயலிசம்...

புத்தாண்டு புதியதாய் பிறந்தது யாருக்கு....

மூன்று நாட்களுக்கு முன்பு வாங்கிய
தோசை மாவு..
நேற்று காலை செய்த குழம்பின்
சுண்டவைத்த மீதியோடு
காலை உணவு..
புத்தாண்டு இப்போது புதியதாக பிறந்தது கணவருக்கு....
நேற்றைய கடன்காரனுக்காய்
இன்றைய ஓட்டம்
வட்டிகட்ட கடன் வாங்க கூடுகிறது
கூட்டம்..
புத்தாண்டு புதியதாய் பிறந்தது தந்தைக்கு...
கொலைவழக்குகள் தற்கொலையானது
காற்றை ஏமாற்றிய காலம் இப்போது
கற்றை நோட்டுக்களை தின்றது
புத்தாண்டு புதியதாய் பிறந்தது நீதிக்கு...
விட்டுராதீங்க சொன்ன குரல்
வீதியில் காணவில்லை
வீதிக்கு வீதி குடித்து விட்டு கூத்தாடுகிறது
கூட்டம்...புத்தாண்டு புதியதாய் பிறந்தது
மங்கைக்கு...
தாடி வந்தால் தமிழ்நாடு அழியும்
சொன்னவருக்கு
நேரடி ஆட்சியைக் கொடுத்தோம்
இப்போது
தார்மீக பொறுப்பு நமக்கு
வீதியில் இறங்கி வரவேற்போம்..
புத்தாண்டு புதியதாய்
பிறந்தது யாருக்கு....

.....இயலிசம்

இரவு இன்னும் நீளத்தான் வேண்டும்

அவன் மூச்சுக் காற்றின்
ஓசை கூட என்னைப் பயமுறுத்துகிறது..
நாளையும்
என் வயிற்றுக்கு பசிக்குமென்பதை
நினைவுபடுத்தும் போது..
நேற்றைய வலிகள்
நாளைக்கு வேண்டாம்
இருதயத்தின் ஓரமாய் பற்றும்
விரல்களை கெஞ்சிக்கேட்கிறது
கண்ணீர்...
இன்றைய இரவு இன்னும்
நீளத்தான் வேண்டும் என
விளக்கை விரல்கள் கொண்டு
அணைக்கிறேன்
இப்போதே...
..இயலிசம்..

ஓவியரின் விரல்களைத் தான் காணவில்லை.

இன்னும் எத்தனையோ
சித்திரங்கள்..
சுவற்றைத்தான்
தேடிக்கொண்டிருக்கின்றன...
இன்னும் எத்தனையோ
வண்ணங்கள்
தூரிகைக்கு
தவமிருக்கின்றன..
இன்னும் எத்தனையோ
கண்கள்
கற்பனைக்குள்
மூழ்கியிருக்கின்றன..
இன்னும் எத்தனையோ
ஓவியங்கள்
வண்ணமின்றியே
வரைவில் இருக்கின்றன..
இன்னும் எத்தனையோ
கனவுகள்
இப்படி
வந்து கொண்டே இருக்கின்றன..
ஓவியரின் விரல்களைத் தான் காணவில்லை.....
...இயலிசம்...

கழட்டி எறியாத வரை..

கழட்டி எறியாத வரை
அவன் தான் எனக்கு
கணவன்
என்கிறது
என் தாலி...
கழட்டியே எறிந்தாலும்
எவனும் அவனுக்கு
இணையில்லை என்கிறது
என் மன வேலி....
... இரவுக்கு பின்னாலே
இருதயமும் இருக்கிறது..
இருநொடிக்கு ஒருமுறை அது
அவன் பெயரில் துடிக்கிறது..
இரக்கங்கள் அவனுக்கில்லை
இரவுப் பொழுது நீள்கிறது..
இப்போதும் போல
எப்போதும் அவனின்றி
என் இரவுகள் இனிப்பதில்லை..
உண்மையில் மனம் கசக்கிறது..
..இயலிசம்..

இப்படிக்கு உளறுகிறது என் பேனா..

எழுத்துக்கள் கூட
கவிதையாகிறது..
நமக்கு பிடித்தவர்
எழுதும்போது
என்ன மந்திரமோ...
இப்போதும் பல கவிதைகள்
கண்ணீரோடு தான் உறங்குகிறது..
அவன் மனது மட்டும்
எந்திரமோ..
எழுதும் எழுதுகோல்
உடைக்குள் ஒழிந்து கொள்கிறது..
அது என்ன வகை மானுடமோ..
எல்லாப் பத்திரிக்கையும்
எழுத்துக்களை மட்டுமே பிரசுரிக்கிறது
அவை எந்த வகை
தார்மீகமோ...
இன்னும் பல கொக்குகள்
பசிக்குத் தான் தவமிருக்கின்றன..
அவை எந்தவகை
தத்துவமோ..
இப்படிக்கு உளறுகிறது
என் பேனா..
இது எந்த வகையில்
சேருமோ..
..இயலிசம்...

தேனடைத் தேவைகள் எல்லாம் தேனீயே...

நாம் தேடலாம்
எதைத் தேடுகிறோம் என்பதை
தெரியாமலே தேடலாம்...நம்
தேடலுக்குள் நம்மையே தேடலாம்..
தேடுதல் தீரும்வரை தொலைந்து போகலாம்..
நீ தே என்றால்
நான் தான் தேயம்..
நீ தேவை என்றால்
நான் தான் தேவயம்..
நீ தெரிதல் என்றால்
நான் தான் தேர்த்தல்..
நீ தேர்ந்தெடு என்றால்
நான் தான் தேர்த்தானை.
நீ திக்கி நிற்கிறாய்
நான் தான் தேறாமல் போகிறேன்..
நீ தீர்க்க நிற்கிறாய்
நான் தான் தீம்புனல் ஆகிறேன்..
நீ தேவை என்கிறாய்
நான் தான் தேவதை ஆகிறேன்..
நீ தாமதம் செய்கிறாய்
நான் தான் தவமிருக்கிறேன்..
கொட்டில் தீர்த்த தீர்த்தத்தில்
பித்தம் தெளியணும்
தேர்மையே..
தேனடைத் தேவைகள் எல்லாம்
தேனீயே...
..இயலிசம்..

அழுகின்றது கற்பனைகள்

போதும் விட்டு விடுங்கள்
இன்னும் எத்தனை காலம் தான்..
என் தோளில் ஏறி நிற்பீர்கள்..
போதும் கடந்து செல்லுங்கள்
இன்னும் எத்தனை தூரம் தான்
என்னை சுமந்து செல்வீர்கள்..
போதும் சற்று அமருங்கள்
இன்னும் எத்தனை வலியை
என்னால் பெருவீர்கள்..
போதும் நிறுத்துங்கள்
நான்
மூச்சை நிறுத்திவிட்டேன்
மண்ணில் புதையுங்கள்..
அழுகின்றது கற்பனைகள்
காதுகள் தான்
அதை இன்னும்
தூக்கிச் சுமக்கின்றன..
..இயலிசம்...

என்னையே இதழ் என்கிறான்...

அவன் எழுதியது எல்லாமே
இரவல் கவிதைகள் தான்..
அவனோ
என்னையே இரவலாக்கினான்..
அவன் படித்தது எல்லாமே
என் கவிதைகள் தான்
அவனோ
என்னை எழுதும் கவிதையாக்கினான்..
அவன் பதிப்பித்தவை எல்லாமே
என் இதழ்கள் தான்
அவனோ
என்னையே இதழ்
என்கிறான்...
..இயலிசம்..

ஏனோ வெட்கம் தான் வரதில்லை..

வெட்கம் ஏனோ
வந்து தொலைக்க மாட்டேன் என்கிறது..
விளக்கை அணைக்கச் சொல்லி
விட்டில்கள் வட்டமிடுகின்றன..
விழித்திரை மூடிக்கொள்ள
விளக்கங்கள் கேட்டு குறுஞ்செய்தி வாசிக்கின்றன..
விபரமாய் சொல்லத் தேவையில்லை
வியப்பாய் சில கேள்விகள்
விடிய விடிய விளக்கெரியும்
வீட்டுக்கு தூரமாய் தூங்க எண்ணங்கள்...
பாவம் வெட்கம் தான்
வரமாட்டேன் என்கிறது
இந்த வெட்கங்கெட்ட ஜென்மங்களுக்கு..
முளைவிடும் பருவத்தில் குறைந்தது
மூன்று காதல் கடிதங்கள்
முறுக்கி விடும் போதினில் குறைந்தது
மூன்று காதலிகள்..
முடிச்சு போடுகையில்
முந்நூறு பவுன் கேட்கிறது
முடிந்தவரை முந்தானைக்கு
முதல்முறை காதலியை தேடுகிறது..
இன்னும்
ஏனோ வெட்கம் தான் வரவில்லை
இந்த வெட்கங்கெட்ட வேட்டிகளுக்கு..
வேலைக்கு செல்லுமிடத்தில்
வேண்டும் வரை காதலிகள்
வேதனை தான் பேருந்துகளில்
வெளிச்சம் தேடும் வெள்ளை மனங்கள்..

பயணங்கள் முடிவதில்லை

காதல்

படுக்கை அறையோடு நிற்பதில்லை..

பதிக்கு மட்டும் பூட்டுப் போட்டு

படலைத் தாண்டும் கௌரவங்கள்..

இன்னும்

ஏனோ வெட்கம் தான்

வாரதில்லை..

என்னை வேசி என்னும் வேட்டிகளுக்கு..

..இயலிசம்

நீ நான்....

கடற்கரை மணல் காலடித்தடம்
தெருச்சண்டை கோழி
மயானம் மல்லிகைப்பூ
மலைச்சாரல் மசாலா வடை
வணக்கம் வாசற்கதவு
கதவடைப்பு கால்கொலுசு
கொசுத்தொல்லை தூக்கம்
தூக்கம் கனவு
கனவு காதல்
நீ நான்....
இடியாப்பம்... சிக்கல்...
இவை போல உன் நினைவு....
...இயலிசம்....

விழியோரம் ஓலமிடும்

கையெறிகுண்டு காலிலே
வீழ்ந்த நொடி
கண்ணிமையால் நீ என்னை
கடத்திட்டபோது உணர்ந்தேன்...
கண்ணோரம் ஆழியாய்..
உயிர் நீங்கிஆவியாய்
உருவமாற்றமொன்று
உன்னாலே நான் அடைந்தேன்...
இத்தனை நாள் காவியாய்
கருப்பே கட்டினேன்
அம்மாவாசை இன்னாளில்
உன்னைக் கண்டு
பௌர்ணமியானேன்...
உறுத்தலாய் உன் முகம்
எனக்குள்
குறுகுறுப்பாய் ஏதோ
நடக்குது நமக்குள்..
கூட்டைச்சுற்றும் குழவி போல்
என் மூச்சும் உன்னோடு..
குறும்புக்கார கிழவி போல்
குறுட்டுக்காதல் களிப்பாக்கு மீது..
உன்னைக் கண்டேனே
நான் உளறல் கொண்டேனே..
உதட்டோடு ஒரு வார்த்தை
உன் சம்மதத்தைக் கேட்டேனே..
தனியாய்
ஓசையில்லா ஒத்தடங்கள்
ஒருமையில் இனிமையாகும்...

ஒருவரி விசனங்கள்
விம்மும்
கரிக்கும்...
விட்டத்தை நோக்கிய பார்வைகள்
விழியோரம் சுடும்...
புடைத்த மனசு
படையலாய் காயும்
கடவுளாய் நீ வந்து
பசியாற...
பசலையில் பட்டினிகிடக்கும்..
இந்த நாளில்..
இமை கேட்கும்
இளமைக்காலங்களில்
நீ
எங்கிருந்தாய்..
என்னவனே...
என...
தாலியில்லா நானோ
தாம்பத்யம் இழந்து
தாம்புக்கயிற்றில் தொங்கி
தரையில் கிடக்கையில்..
விழியோரம் ஓலமிடும்
உன் விழி வலியை கண்டு...
....இயலிசம்

நாங்கள் ஒருநாளாவது
வாழ்ந்து விட்டு போகிறோம்..

உனக்கு நான்

உன்னை எப்படிப் புரியவைப்பேன்..
உன் சொல் மந்திரம் என்றால்
ஏன் மனசு அதில் காய்க்கவில்லை.
ஏன் அதில் கல்லெறி காயம் மட்டுமே
படுகிறது...
நான் அறியா வயதில்
எனக்கு ஆடை வாங்கித் தந்தவன்
அவன்..
ஓட்டுப் போட்ட என் கால் சட்டை அணிந்து
தபால் பெட்டி என
பட்டம் வாங்கியவன்
அவன்..
பத்து வயதில்
படிப்பை விட்டு எனக்காக
பட்டணத்தில் பட்டினி கிடந்தவன்
அவன்...
காலணி இல்லா
மணல் சூட்டில்
சுண்டல் விற்று
என் முக சிரிப்பில்
சுகம் கண்டவன்
அவன்..
அடி போடி..
பைத்தியமே வைத்தியமென்றால்
நான் பைத்தியமாகவே
வாழ்கிறேன்..
என் ஒவ்வொரு உடல் குருதியிலும்

பாசம் ஒட்டிக் கிடக்கிறது.. அது
என்னை உயிரோடு
வாழ வைக்கிறது...
நான் அவனுக்கு செய்வது
எனக்குச் செய்வது தான் என்பதே
அதன் அர்த்தம்...
அவன் என்னுள் வேறில்லையடி..
அவனின்றி நானின்று
இல்லையடி..
இந்த ஒருமுறை வழி விடு
நித்தமும்
நாங்கள் வாழத்தான் சாகிறோம்..
வழி விட்டு விலகு
நாங்கள் ஒருநாளாவது
வாழ்ந்து விட்டு போகிறோம்..
..இயலிசம்....

காற்றைப் போல நீஎன்னோடு...

கோடிக்கனவுகளில்
கொட்டிய வார்த்தைகளை
கூட்டிப்பெருக்கியே
உன் விழி தள்ளிடும்..
இது கடனோ கடமையோ
என் காதலில் கயமையோ...
காத்திருப்பதே என் தவமோ..
உன் கடைவிழி தீண்டாமலே
கருகிடுமோ..
எட்டி நடக்கையிலே
ஏட்டோடு என் தலையும்..
அசைந்து இசைந்ததுவே
உன் அடிதொடை இயைபோடு கூடியே..
அடுத்த வரிகள் சொல்ல
ஆயுளும் நீளுமோ
ஆசையும் கூடும்..
சொல்லடி..தமிழச்சியே.
என்னவளே..
பாவம்
இந்த
விழிகள் செய்த
குற்றமென்னவோ..
ஏன்
என் விழிகளை
சிறைவைத்தாய்..
உன் மனதை
சிறைச்சாலை யாக்கி..
புல்வெளியில்

பனித்துளியாய்
காதல் கடிதங்கள்..
உனக்காம்..
புற்களின் காதல்
உன் பாதம் படவே..
உன் வருகைக்காய்
ஏனோ
நொடிமுள்ளும்
காத்திருக்கிறது..
நகராமல்...
உன் உச்சரிப்புக்காய்
ஏனோ
பசியோடு தவமிருக்கிறது
தமிழ் பிழைகள்...
உனக்காய்
ஏனோ
காத்திருக்கிறது
கற்பனைகள்...
உனக்காய்
ஏனோ
எழுத்துக்கள்
சாகின்றன...என் கவியில்...
கவிதையே...
காதல்தனை காட்டும்
கண்களின் அசைவில்
காற்று தலையாட்டும்
புல்லின வடிவில்..
பூக்கள் தாலாட்டும்
வாசனை உருவில்...
உன்போல் உருமாற்றம்
தேவதை உலாவல்...

காற்றே என்னை
கைத்தாங்கலாக கூட்டிச்செல்..
நான்
கண்ணிமைக்குள் என்னவளை
சிறைபிடித்துள்ளேன்..
காற்றே என் மூச்சை
கடத்திச் செல்..
கன்னியவள் மூச்சோடு அதில்
சேர்ந்துள்ளேன்..
கண்களே இமைகளால்
கொள்ளையடித்துச்செல்..
அவள் நெஞ்சுக்குள்
நான் சிக்கிக் கொண்டேன்..
என் கண்ணா
வெற்றியை மட்டுமே
ருசித்த இமைக்கு
முதல்முறை
தோல்வியில் மகிழ்ச்சி....
உன் முகம் பார்த்து
தலை கவிழ்கையில்...
துளையிட்டமூங்கிலுக்குள்
புகுந்து செல்லும்
காற்றைப் போல
நீஎன்னோடு..

....இயலிசம்

நான் இன்னும் வாழ்கிறேன்..

எனக்கு உன்னைப் பிடிக்கும்
என்பதில் தொடங்கி
இது என் தலையெழுத்து
என்பதில் முடிகிறது
இக்கால திருமணங்கள் ...
எங்களுக்கு பெண்ணை பிடிச்சிருக்கு என்பதில் தொடங்கி
என் வீட்டுக்கு பெண் தருவியா
என்பதில் முடிந்தது அக்கால திருமணங்கள்..
ஏதாவது ஒன்றை வாங்கிக் கொண்டு வரும்
அப்பனுக்கு தெரியும் இதைவிட பிடித்தமான
ஒன்றுக்காய் என் பிள்ளை காத்திருக்கிறான்
என்பது ..
இடையில் ஆரம்பித்து
இறுதியில் முடிவதல்ல
இன்பம்..
இதழில் ஆரம்பித்து
இருதயத்தில் நிறைவது.....
இமைகள் தொடாத தூரங்கள்
இதழ்கள் தீண்டாத நேரங்கள்
இடைவெளி இல்லாத காரணங்கள்
இறுதியில் பிரிக்கும் மரணங்கள்
யாவும் தோற்கும்
உண்மைக் காதலில்....
இப்போதை எப்போதும் தெளியாது..
....
இருக்கா...இருக்கிறதா
எனத் தெரியாமல்
நான் குழம்புகிறேன்..

என் இருதயம் உன்னிடம்...
கிடைக்குமா..கிடைக்கிறதா
எனத் தெரியாமல்
நான் புலம்புகிறேன்
என் காதல் உன்னிடம்..
நடக்குமா..நடக்கிறதா
எனத் தெரியாமலேயே
நான் வாழ்கிறேன்
என் வாழ்க்கை உன்னிடம்...
நான் ஏதோ ஒன்று சொல்ல
அது உனக்கு புரிந்தால்
நான் இருக்கிறேன்..
நான் ஏதும் சொல்லாமலே
அது உனக்கு தெரிந்தால்
நான் இருப்பேன்..
நான் இல்லாமலே
என்னை நீ உணரந்தால்
நான் இன்னும் வாழ்கிறேன்..
..இயலிசம்..

எல்லாம் கவிதை என்றால்...

எல்லாம் கவிதை என்றால்
என்னவள் எந்த விதம்..
எல்லாம் அழகு என்றால்
என்னவள் எந்த வகை..
எல்லாம் சுவை என்றால்
என்னவள் எந்த பதம்..
எல்லாம் சிறப்பு என்றால்
என்னவள் எந்த நிலை..
எல்லாம் காதல் என்றால்
என்னவள் என்ன அர்த்தம்..
எல்லாம் வாழ்க்கை என்றால்
என்னவள் என்ன....
....

எனக்கொரு காதலன் தேவை
ஏன் அது நீயாக இருக்கக்கூடாது..
நீ இமைக்க
நான் சிலிர்ப்பேன்..
நீ சிரிக்க
நான் பூப்பேன்..
நீ நினைக்க
நான் இருப்பேன்...
நினைவில் கூட உன்னையே சுமைப்பேன்..
....

தாவணிப்பூக்கள் தாடையில்
பூக்கிறது..
தலை நரைத்த பின்..
காலம் கடக்கும் முன்
காதலிக்காமல் இருந்தது

தவறெனப்புரிகிறது
தலை சாய்ந்து பின்...
....………………………….
நான் ஒழிந்து கொண்டேன்..
உன் விழி வீச்சின் வீதியில்..
நான் கட்டியணைத்துக் கொண்டேன்
உன் காலடித் தடம் பாதையில்...
நீ பார்க்காத நேரத்தில்
நான் பயந்தேன் என்னுள்ளே..
நீ பார்வை தீண்டிய பாதிப்பில்
பற்றிக் கொண்டேன் என்னுள்ளே..
.....இயலிசம்

கவிதையே உன்னை மறக்கிறேன்..

பழைய புத்தகத்திற்கு புதிய தலைப்பு
ஆசிரியர் பெயர் மாற்றி
காப்புரிமை பெற முயற்சி...
தலைப்பு காதலென்றால்
மனைவியே ஆசிரியர்
காப்புரிமை தாலி என்றால்
கவனம் தேவை
பதிப்பகத்தில்....
தீ சுடுமென்று தெரிந்தும்
தொடத்தானே ஏக்கம்
சிறுபிள்ளை மனம் போல்
உன்மீது மட்டும்...
நீ சுடரென்று தெரிந்தும்
வீடெறிக்க பார்க்கும் ஏக்கம்
விளக்கில் எண்ணெய் போல்
நானே எரியக்கூடும்...
விரல்கள் பற்றினால்
மானம் எரியும்
வாய்கள் கொட்டினால்
தேளும் நஞ்சில் குறையும்..
ஏட்டில் இந்தக்காதல் கள்ளம்
எட்டில் அடங்காத காமம் கள்ளம்
எப்போதும் இந்தக் காதல் செல்லாது
உயிரே போனாலும் மானம் திரும்பாது..
பொதுவாக இது ஒரு மனக்குறை
மனம் தேடும் ஒரு மா பிழை
குறிப்பாக சொல்ல நான் குருடன்
கண்ணை வைத்து காதல் தேடும் மடையன்..

இப்போது இப்படியே முடிக்கிறேன்
மீண்டும் காதலிக்கும் எண்ணமில்லை
கவிதையே உன்னை மறக்கிறேன்..
.. இயலிசம்..

இனி வாழும் நாள் வாழ்க்கையாகுமா..

நான் அணைத்த சுடர் விரல் சுட்டால்
விழி குளிரும்....
விடம் வீழ்ந்து
மனம் சுடும்...
வீதி வரை பெயர் கொள்ளி
காரணம் நீ கைத்தள்ளி
பதறும் படலோரம்
சித்திரக்கள்ளி நினைப்போடு
பூக்கும்...
குத்தும் கிழிக்கும் நகம்
கிளிப் பேச்சும் கசக்கும்
காகிதம் வறண்டு போகும்
வார்த்தைகள் பட்டினிக்கோலம் போடும்....
வாழ்க்கை பயணம் இனி
இனிப்பு நோயில் தினம் தீரும்
உதடு கடக்கும் உணவும் தேநீரும்
உறுதியாய் தற்கொலை செய்யும்...
நீ தீண்டாத இமையும்
நின்னை காணாத விழியும்
இருந்தும் கொல்லும்
மனம் நீயே
நிறைந்து வழிவதாய்
அணை உடைத்துச் செல்லும்...
அலையோடு படகாய்
அவள் மடி மீது கனமாய்
வாழத்தானோ நான்
பிறந்தேன்..
வாயும் வயிறும் மட்டுமே கொண்டு

இனி வாழும் நாள்
வாழ்க்கையாகுமா…வாழ்வதும் தகுமா..
சொல்லடி…என் கண்ணம்மா…
இயலிசம்..

அவள் என்னை மறந்தால்

நான் தேடித்தேடி வாசித்த வரிகளில்
வாழ்கிறாள் அவள்..
நான் தேடாத நேரத்தில் என்னை தொலைந்து போகச் செய்கிறாள் அவள்..
நான் தேவைக்கு தெனெடுக்க குளவியாய் சுமக்கிறாள் அவள்..
சுகமாய் என்னை சுமந்து
மீண்டும் மீண்டும் பிரசவிக்கிறாள்
அவள்..
பிறர்தூற்றும் பொய்களில் கவிதையாகிறாள் அவள்
பொய்கள் பலவற்றையும் சேர்த்து
மெய்ப்பிக்கிறாள் அவள்..
அவள்
என்னைத் தொலைத்தால்
நான் அவளுக்காய் தொலைவேன்..
அவள் என்னை மறந்தால்
நான் மறதியாவேன்.
....இயலிசம்

தொலைந்து போனது.. நம் தெருக்கள்...

வீட்டுக்குள் விளையாட்டு
தொலைந்து போனது
நம்
தங்கப்பதக்க கனவுகள்...
வீட்டுக்குள் விளையாட்டு
தொலைந்து போனது..
நம்
தங்கங்களின் கனவுகள்..
வீட்டுக்குள் விளையாட்டு
தொலைந்து போனது..
நம் கனவுகள்..
வீட்டுக்குள் விளையாட்டு
தொலைந்தே போனது..
நம் விளையாட்டுகள்...
வீட்டுக்குள் விளையாட்டு
தொலைந்து போனது..
நம் தெருக்கள்...
இயலிசம்...

இரவு தான் உடை...

உடையற்ற தெருச்சாலைக்கு
இரவு தான் உடை...
உடையை நீக்கிப் பாருங்கள்..
அவள் தான் காட்சிப்பிழை..
அவள் உடை அத்தனை அழகு
ஆங்காங்கே சிரிப்பொலிகள்
அவளுக்கு பேரழகு..
ஆழ்ந்து உறங்கும்
அவள் அங்கங்கள்
அத்தனையும் அடிமை மனங்கள்
ஆன்றோர் பலரும் இரசித்த
மின்மினிப் பூச்சி தான் அவள்
சிரிப்பின் வடிவங்கள்...
வடித்த கோப்பையில்
வடிகட்டிய கற்பனையோடு
அவளைத் தொட தொடருங்கள்..
அவள் காதலிக்க ஆளின்றி
கவலையில் இருப்பதை உணருங்கள்..
அடுத்த வீட்டில் இருமும் தாத்தாவின்
மருந்து இல்லா கவலைகள்..
அடுத்த வேளை கடன்காரனிடம்
தப்பிக்க போராடும்
அப்பன்களின் அயராத குறட்டை தூக்கங்கள்..
நாளைய அடுத்தவர் துணையோடு
காதல் பேசும் வாலிப காதலர்கள்
நாளை நமக்கும் கல்யாணம் நடக்கும்
என்று காத்திருக்கும் கன்னிப்பூக்களின் கனவுகள்..
கால் மேல் கால் போட்டு

கொசுவோடு சண்டை போடும்
இல்லற இனியவர்கள்.
அப்பப்போ தாலாட்டுப் பாடி
தூக்கத்தை கலைக்கும்
தெருவோர வாலாட்டி பாடகர்கள்..
இப்படி அத்தனை பேரையும்
அரவணைத்து ஆதரிக்கும்
அவளோ அவனோ ...
அதுவோ..
அந்த இரவை உடுத்திய தெருச்சாலை அழகு தான்.
அவள் மீது எனக்கும்
ஈர்ப்பு சற்று அதிகம் தான்..
..இயலிசம்

எதுவும் கடந்து போகுமென்றால்

எதுவும் கடந்து போகுமென்றால்
ஏன் காலம் மட்டுமே
கடந்து போகிறது..
எதுவும் கடந்து போகுமென்றால்
ஏன் வலிகள் மட்டுமே
கடந்து போகிறது..
எதுவும் கடந்து போகுமென்றால்
ஏன் வயது மட்டுமே
கடந்து போகிறது..
எதுவும் கடந்து போகுமென்றால்
ஏன் வாய்ப்பு மட்டுமே
கடந்து போகிறது...
எதுவும் கடந்து போகுமென்றால்
ஏன் வறுமை மட்டுமே
கடந்து போகிறது...
எதுவும் கடந்து போகுமென்றால்
ஏன் வன்மம் மட்டுமே
கடந்து போகிறது...
எதுவும் கடந்து போகுமென்றால்
ஏன் வாகனம் மட்டுமே
கடந்து போகிறது..
அவள் இங்கேயே தான் நிற்கிறாள்..
எல்லாம் கடந்து தான் போகிறது...
வண்ணவிளக்கு மாற்றி மாற்றி ஒளிர்கிறது...
அவள் தட்டை ஏந்திக்கொண்டு
என்னை முறைக்கிறாள்...
நான் ஒன்றுமில்லா சட்டைப்பையை தடவிப்பார்த்து சிரிக்கிறேன்..
கடந்து செல்ல முயல்கிறேன்...

..இயலிசம்...

உலகப்பசி உருமாறி இருந்தது..

திறந்த மார்பின் மீது
முதிர்ந்த நெல்மணிகள்
முட்டி முட்டி மோதி
முளைப்பால் கட்டி
தெறித்த வியர்வைத் துளிகள் முத்தாக.அவனது முத்தமாக..உழைப்பின் மொத்தமாக....
நிலம் விட்டு எழுந்த விதைகள்
சொத்தாக..
பதரைத்தள்ளி பகலைக்கொன்று
பலநாள் கண்விழித்து
கதிர் அரிவாளை முத்தமிட
காத்திருந்த நேரம்...
அதிகாலை வந்தால்
அரிவாளோடு தன்னை
அள்ளி அணைப்பானென்று காத்திருந்தாள்
கன்னிப்பூவாய் பூத்த நெல்மணிமகள்..
காரணங்கள் பல உண்டாம்
அவள் கற்போடு தான்
கருகிப்போக..
வயல் மேல் பற்றாம்
பற்றும் வரவும் நோய்த்தொற்றாம்...
குயவன் குண்டி தூக்கி
கழப்பை கணக்கு பார்த்தால்
நிலம் கணவானுடையதாம்..
கனவு கலைந்தே போனதாம்..
கதிரருக்க கழனி வந்த காடன்
கத்தினான் கதறினான்
கழுத்தை அறுத்துக்கொண்டு மாண்டான்..

நிலம் நிழலைப்போல் இருந்தது
அவன் கனவைப் போல்
அவளும் கருகிப்போயிருந்தாள்..
மேல் சாதி கீழ் சாதியென்ன
படைத்தவன் புசிப்பதும்
இவன் நெல்மணிதானோ...அதை
அறியாப் பதரொன்று
புகைத்த நெருப்பை வயலில் உமிழ்த்துச்சென்றிருந்தான்..
உலகப்பசி
உருமாறி இருந்தது..
....இயலிசம்

கடந்து செல்கிறாள் அம்மா..

மூன்று வேளையும் உணவு சமைக்கிறாள்
அம்மா..
எத்தனை முறை அவளுக்காக சாப்பிட்டிருப்பாள்...
மூன்று வேளையும் கடவுளைத் தொழுகிறாள்
அம்மா..
எத்தனை முறை அவளுக்காக
வேண்டியிருப்பாள்...
மூன்று காலமும்
கடந்து செல்கிறாள்
அம்மா..
எப்போது அவளுக்காக
வாழப்போகிறாள்.....
..இயலிசம்..

வேடிக்கை தான் தமிழம்மா

நாம் புதியவார்த்தைகளை
தேடுகிறோம்..நம்
வாழ்க்கையை காணவில்லை..
நாம் புதிய கனவுகளைக்
காண்கிறோம்..நம்
உறக்கத்தை காணவில்லை..
நாம் புதிய உலகை
உடுக்கிறோம்..நம்
ஒழுகும் வீட்டை தொலைக்கிறோம்..
நாம் ஆச்சர்யத்தில்
மூழ்குகிறோம்..நம்
அன்றாட பசிக்கு ஏங்குகிறோம்..
நாம் கவிதைகள்
எழுதுகிறோம்..நம்
கற்பனைகளை எரிக்கிறோம்..
நாம் கவியாகிறோம்..நம்
கருவை வளர்க்க தவிக்கிறோம்..
நான்
நீ என இணைந்தே நாம் எழுதினோம்
வரிகளிலே.
நடுவீட்டைத் தாண்டிய
ஒற்றுமையைக் காணோம்
தமிழர் நாட்டிலே...
வீண் வரம்புகள்
வீணான கெஞ்சல்கள்
வேடிக்கை தான் தமிழம்மா.இன்னும் நீ
இருக்கிறாயா..உயிரோடு
சொல்லேன் கண்ணம்மா..

இங்கே பாரேன்..
எதையோ தொலைத்துவிட்டு
முகநூலுக்குள் தொலைகிறோம்
தேடுவதற்கு..
எதை தேடுகிறோம்
என்பதையே தான் - நாம்
இன்னும் தேடுகிறோம்..
நூல்கள் பல
மேதைமை நூலகத்தில்..
அள்ளும் அஞ்சனும்
புழுக்கை எலிகளும் மேய்கிறதாம்
அறிவைத் தேடி....
இங்கு முள்ளும் மலரும் சேர்த்து
தலைமீது கட்டிக்கொண்டு
நான் தான்
காப்பான் என்கிறாராம்
இரவுக்காவலன்...
புறமுதுகிட்டு எழுதிய கருமங்கள்
காவியங்கள் ஆகிறதோ
இங்கே
புறமுதுகிடா கவிகளும்
கற்பனை தானோ ..யாரிங்கே..
செய்து செய்து கொளுத்திய பசி
கொழுப்பு வயிறு ஓடி
செமிப்பது போலே..
தொப்பையும் குப்பையுமாய்
நம் உணவு இங்கே...
ஆனாலும் தா
அகிம்சை தான்
அறிவுப் பசி..
வா...தமிழே

நான் அழைக்கிறேன்..
இப்போதும் உனக்காக
நான் அழுகிறேன்...
அரியணை அதிகாரம்
ஆணையிடு சுமக்கிறேன்..
சுகப்பிரசவமாய் இங்கே
சுகம் பல படைக்கிறேன்..
..இயலிசம்..

உன் கொள்கையில் உறுதிகொள்

வழியின்றி
யாரும்
வறுமையில்
வாழ்வதில்லை...
வழி தெரியாமலே
வாழ்வதால் மட்டுமே..
ஆசையை
எண்ணமாக்கு..
செயல் படுத்து..
எதிர்யார் வரினும்
உன் கொள்கையில் உறுதிகொள்..
வறுமை உன் பின்னால்
வந்தாலும்..நீ
வறுமையை வென்றிருப்பாய்..
...இயலிசம்

உறக்கச் சொல்லுங்கள் நான் முட்டாள் என்று

வண்ணமாய் வெண்ணிலா
வாசலில் பூ கோலம்
வரைந்த நேரங்கள்
சொர்க்கங்கள் ...
பூவா பெண்ணா நீ — என
நினைக்கும் நிமிடங்கள்
நித்திரையில் கூடிடும்
நிம்மதியான தருணங்கள்
நிஜத்திலும் வேண்டுமடி
நித்தமும் வேண்டுமடி
நினைவுகளில் வாழவோ
நீங்காத இப்பிறவி
நிழலும் சுடுகிறதே
நிஜம் கண்டு சிரிக்கிறதே.. ..
எப்படித் தோற்றேன் நான்
என் எழுத மறுக்கும் விரலிடம்...
எப்படி வீழ்ந்தேன் நான்
என் எழ மறுக்கும் நிழலிடம்..
எண்ணம் அலை போல
அடித்தே தேயும் கரை போல
காகிதமும் கண்களும்
காணும் இடமெல்லாம் எண்களும்...
என்னைப் போல் இல்லை
எவ்விடமும் என் கருத்தில் நிலைக்கல்...
இருண்ட அறையோடு
ஆயிரம் கனா கண்டு
நான் வாழ்ந்த நாட்கள்
இப்போதும் கனவில் தொல்லையாய்..

எழும் ஒவ்வொரு நாளும்
ஏன் விழித்தோம் என
அவிழும் ஒவ்வொரு கனவும்
ஏன் அவிழ்ந்தோம் என
உடுக்கும் உடைகள் சிரிக்க
உயிருக்குள் கூச
நான் நடக்கிறேன்
நாடகம் நடிக்கிறேன்......
நடக்கும் கால்கள் சுமையாக
நானே எனக்கு எடையாக
எருமை-கள் உண்ண தடுமாறுமா
தடம் வீழுமோ அது நானுமோ...
உருக்குலைந்த ஊருக்குள்
உண்டியல் தூக்குகிறேன்
ஊண் தீர்ந்த பாத்திரத்தில்
உலகைத் தேடுகிறேன்..
உறக்கச் சொல்லுங்கள்
நான் முட்டாள் என்று
முட்டி முட்டி மண்டை உடைக்கா
மூடன் என்று...
முயற்சிக்கு பின்னால் ஓடினேன் என்று
முயலாமை கதையில் தோற்றேன் என்று..
..இயலிசம்..

சாலைப்பூக்களெல்லாம் சூடுதற்கில்லை

கூடைப்பழம் கோடி விலை
கொட்டிவைத்தால் கூறு(ம்)விலை
பாலும் பழமும் பருகும் நிலை
பழமாய் போனால் முடிவு நிலை..
முடிச்சும் துவக்கமும் முதல்நிலை
முழுவதும் வாசித்த பின் ஏது கலை..
தொடக்கமும் முடிவும் இன்பநிலை
இவையிரண்டும் புரிந்தவனுக்கு
துன்பமில்லை...
ஆயகலைகள் கோடியில்லை
இது ஆராய கண்களும் போதவில்லை
போதை தரும் பொருள் இவ்வுடல் மட்டும் இல்லை
போதை கடந்த உடல் போதவில்லை..
பச்சைப் புல்வெளி பசிக்கையிலே
பசுவிற்கு பாலுணர்வு தேவையில்லை
பனிப்பூவின் மகரந்தம் குளிர்கையிலே
படரும் மழை பாவைக்கு சுகமுமில்லை..
தொட்டுத்தொடரும் துன்பமில்லை காமம்
பற்றிப் படரும் கொடியுமில்லை...
சுற்றிவளைக்கத் தேவையில்லை
காமன் தீண்டாத தெய்வங்கள் சாத்திரத்திலில்லை...
சாலைப்பூக்களெல்லாம் சூடுதற்கில்லை
சாலச்சிறந்தது கொள்ளை
சோலை மலர்மனம் காதல்...
..இயலிசம்

மீன் தின்னா பூனை அழகில்லை..

செய்கை விழி
சேதியில் மொழி
மோனையாய் நான்
மோதிப்போனது மூச்சுக்காற்று
பெருமூச்சு ..
இடம் பொருள் பார்த்து
இருப்பிடம் கோர்த்து
பிரம்மன் படைத்தானோ
இப்படியோர் கலை
அவள் கை பழக என்ன விலை.....
முதல் பார்வை வெளிச்சம்
இவள் கண்களோ உளிச்சம்
பழம் காணா பகைவனும்
முடிதுறந்த முனிவனும்
முழுவதும் கற்றான்
கையளவு தோற்றான்...
காணும் இடமெல்லாம் அழகாம்
இவள் காண
கனா இரவும் அழகாய்...
அவை சொல்வது பாடம்
புன்னகை மீதம் புகைப்படம்...
நிசம் நான் காண நீயில்லை
நிழல் உயிர் வாழ வாய்ப்பில்லை
நீரின்றி உலகில்லை..
நீ விரித்த வலை விழியில்லை...
நானும் மீனில்லை
மீன் தின்னா பூனை அழகில்லை..
அழகும் உனக்கு பொருளில்லை

பொருள் புதைந்த கவி இது
உனக்கு நிகரில்லை...
..இயலிசம்.

வா..எதிரெதிரே போர்க்களம்..

இப்படம் என்ன சொல்ல
இந்த வேளை என்னைக்கிள்ள...
இமை தாழ்ந்து ஏதோ சொல்ல
இதழ் தேவை இருதயம் கொள்ள....
இன்பமும் துன்பமுமாய்
இடைவெளியும் இமை தூரமும்
இடை தாண்டியும் இடைஞ்சல் செய்ய
இப்போதை இருப்பில் இல்லை...
உன்னிடம் ஏதோ இருக்கிறது
என்னை அது ஏனோ இழுக்கிறது
ஏதோ ஒன்று சொல்கிறது நீ சிரிக்கும் புகைப்படம்
என்னை நெஞ்சோரம் கிழிகிறது
நீ ரசிக்கும் இந்த நிமிடம்
உன்னைப் பெயர் சொல்லி அழைக்க
உதடுகள் துடிக்கும் போது தான்
எனக்கே தெரிகிறது அவை
உன் கட்டுப்பாட்டில் இருப்பது...
நீ எதிரே வருகையில்
விம்மும் மனசைப் பார்க்கையில் தான்
எனக்கே புரிகிறது
நீ அதற்குள் குடியிருப்பது...
நீ பேசும் வார்த்தைகள்
என்னைத் தீண்டாமல் போகையில் தான்
என் கன்னமும் கேட்கிறது.. அவை
பேசும் மொழியை அல்ல என்பது..
வா..எதிரெதிரே போர்க்களம்
போராடிப் பார்க்கலாம்
இதழ் கொண்டு போரிட்டு

இருவுயிர் நாட்டை இணைக்கலாம்...
இமை தோல்வி காணுகையில்
இருவுடல் ஆட்சி தொடங்கலாம்...
படுக்கைக்கு பதவிப்பிரமாணம்
பாதி இருளில் செய்யலாம்..
பாதுகாப்பாய் பத்து விரல்கள்
படைவீரர்களாய் நிறுத்தலாம்...
பாடற்பயன் தாண்டும் படையை வெல்ல
பஞ்சத்து முத்தம் தண்டனையாய் விதிக்கலாம்.
பசியோடு இருக்கும் உடலூருக்கு
பாதி உடையில் உணவு வழங்கலாம்
அதுவும் போதாதென்றால்
படுக்கை விரிப்பையும் வாரி வழங்கலாம்...
பசி போக்க இராவுக்குள்ளே
பாதிஇரவலைக் கடத்தி
பட்டினி போராட்டம் நடத்தலாம்
பகல் வேளை வரும்போது
இதழ் தேனோடு நாணம் பருகலாம்..
படைவீரர் காயத்திற்கு பஞ்சனை வைத்தியம் பார்க்கலாம்
பஞ்சணை நெஞ்சும் சேர்த்து
அரவணைத்து தேற்றலாம்....
தேவைகள் எல்லாம் தீர்க்க
தேவையானதை திருடலாம்
தேவைகள் தீரும்வரை
போரிட்டு துயில் கொள்ளலாம்..
வெற்றி தான் இலக்கு என்றால்
வெல்வது நிச்சயம்..
நிச்சயம் செய்த பின்னே
நிகழ்வது தான் அற்புதம்....
இயலிசம்..

ஆட்டுக்கறி தின்ன காசில்லா தேவதைகள்...

இது வீடுதான் பொய்யாக
சிரிக்கிறது கூரை..
இது வீடுதான் மெதுவாக
எட்டிப்பார்க்கிறது சூரியன்..
இது வீடுதான் ஓடிப்பிடித்து
வாழ்கிறது எலிகள்..
இது வீடுதான் அருவிபோல
ஒழுகுகிறது சாரல்மழை..
இது வீடுதான் கூரைமேல் ஓட்டையை
மறைக்க போராடுகிறது
அம்மாவின் பழைய புடவை..
இதுவும் வீடுதான்.. இங்கேயும் தான்
தேவதைகள் பிறக்கிறார்கள்.. ஏனோ
வளர வளர முத்திரை குத்தி ஆளும் வர்க்கத்தால்
தேவிடியாளாக ஆக்கப்படுகிறார்கள்...
தெருவிளக்கு மின்சாரம் இங்கே தேவதைகள் அறிந்ததில்லை..
தேவைக்கு போக அறிவை மட்டும்
பணத்திற்கு விற்பதில்லை...
மானத்தை மறைக்க துப்பட்டா போடும் அளவிற்கு..
தாய்நிலத்தை பட்டா போட தெரிந்ததில்லை...
உடல் உபாதைகளை அடக்கிவைக்காமல் ஒருநாளும் இங்கே கழிந்ததில்லை..
வீட்டையும் கழிவறையையும் பிரித்துப்பார்க்க பழகவில்லை..
கழிவறையை தனியே கட்டிக்கொண்டு வாழ
தனிமனிதனாய் வாழ்வதில்லை....
துணைக்கு தன்கையைத்தவிர வேறெதுவும் கேட்பதில்லை..
மரணமே வந்தாலும் மண்ணை விட்டுப்போனதில்லை..
நாம் மறந்தே போனாலும்..மறுத்தே பேசினாலும் இவர்கள்

தேவதைகள் தான்..

இவர்களது

இரவுநேர கழிவறைகள் ஏனோ

பகலில் மைதானமாகிறது..

இன்னும் ஓட்டுப்போடும் தேவதைகள் வாழ்க்கை ஏனோ மயானம் போலவே

நாற்றமடிக்கிறது...

இவர்கள்

ஒருநாள் வாழ்க்கையானாலும் ஒருத்தனோடு வாழ்கிறார்கள்..ஒருவேளை சோறானாலும் உழைத்துத்தான் குடிக்கிறார்கள்..

ஒற்றைக்குடத்தண்ணியில் ஒருமுறை குளிக்கிறார்கள்..

ஒவ்வொரு முறையும் ஓட்டுப்போட துடிக்கிறார்கள்...

இவர்கள்

ஒண்டிக்குடித்தனத்தில் ஒற்றுமை வளர்க்கிறார்கள்..

ஒருவரோடு ஒருவர் மல்லுக்கட்டும்போதும்

அன்பால் மட்டுமே அடிக்கிறார்கள்..

ஆமாம்.. இப்போதும்

இங்கே மனிதர்கள் தேவதைகளாக உலா வருகிறார்கள்..

போதை விற்கும் அரசுக்கு வரி கட்ட

வேலைக்கும் போகிறார்கள்...

அங்குமிங்கும்

தெரிவுகளை தேடித்தேடி இந்த

தேவதைகள் வருவதில்லை..

தேர்வுகளை ஒத்திப்போட இந்த

தேவதைகளுக்கு தெரிவதில்லை..

தேவதைகள் இப்போதும்

தேர்வுகளில் தோற்பதில்லை..

இவர்களின்

தெருவோர குடிசைகளில் மட்டும் ஏன்

தேவதைகள் தெய்வங்களாய் பிறப்பதில்லை..இந்த

தேவதைகள் வசிக்குமிடம் ஏன்

தெய்வம் வாழும் கோவில்கள் ஆவதில்லை..

இங்கிருக்கும்

இறகு முளைக்கா தேவதைகள்

இமைகளுக்கு தெரிவதில்லை..

இவள் இருகைகளை ஏந்திக்கொண்டு உலவுகிறாள்

நமக்கு வரம்கேட்க தோன்றுவதில்லை..

தேவதைகள் எப்போதும் தேவைதீர்க்க மட்டுமே பிறப்பதில்லை..ஏனோ

தேனிலவு முடிவுக்கு மட்டும் இந்த தேவதைகள் கசப்பதில்லை..

தேவதைகள் இப்போதும் தேவலோகத்தில் மட்டுமே வாழ்வதில்லை..இந்த தெருக்களிலும் வாழ்கிறார்கள்..

நமது கண்கள் அறிவதில்லை..

நாம் தேவதைகளை கோவில்களில் மட்டுமே தேடுகிறோம்

தெய்வங்கள் கண்ணெதிரே இங்கே தொலைந்து போகிறார்கள்..

நாம் தெய்வத்திடம் கெஞ்சுகிறோம்..வரம் தரும்

தேவதைகள் மழலையாய் இங்கு குப்பைத்தொட்டியில் கிடைக்கிறார்கள்..

ஆமாம்..இந்த சேரியும்

தேவதைகளின் உலகம் தான்..

இங்கு

ஆசைக்கு ஆட்டுக்கறி தின்ன காசில்லா தேவதைகள்.... மாட்டுக்கறி தின்கிறார்கள்..

ஆண்டவனையே வாங்கும் அளவிற்கு

காசுள்ள கடவுள்கள் ஏன் இன்னும்

இவர்களையே மாடாக எண்ணி தின்னுகிறார்கள்...???

..இயலிசம்....

காதல் காய்த்திருக்கிறது..

பிரசவ வலியில் கண்கள்
அவன் உள்ளே நுழைய முயற்சிக்கிறான்..
பிரசவமாய் அவன் பார்வை
அவன் என்னையே பிரசவிக்கிறான்..
கருக்கொள்கிறது காதல்...
நான் காணும் போது அவன்
சட்டை பொத்தானை பூட்டினான்..
மனசு மறைக்கப்படுகிறது..
கருணை கேட்கிறது காதல்..
அவன் சுவாசிக்கிறான்
நான் காற்றுபட புண்ணாகிறேன்..
உயிர் எரிகிறது..
கற்பை கேட்கிறது காதல்...
நான் கனவு கண்டேன்
அவன் கடத்திச்சென்றான்..
கனவு கலைந்து போனது..
அவனை கேட்கிறது காதல்..
நான் அவிழ்கின்றேன்
அவன் இதழ் மொழிகின்றான்...
என் பெயர் மொழியாகிறது..
நேற்றுவரை படுக்கையில்
சவமாய் கிடந்த என் மனசு
இன்று மருத்துவத்தை தேடுவது என்ன தினுசோ..
கெண்டைக்காலுக்கு மேலே செல்ல
மறியலில் ஈடுபட்ட சேலை
இப்போ
மல்யுத்தத்திற்கு தயாராவதேனோ..
மடித்து பூட்டிய நான்கு அறைகளும்

இப்போது வாடகைக்கு தயார் என பதாகைகளை ஏந்துவது ஏனோ..

வெடித்து சிவந்திருந்த இதழும்
இப்போது எச்சிலில் தான்
குளிப்பேன் என அடம்பிடிப்பதும் ஏனோ..
அவன் கவனிக்கிறான்
நான் கவனமாகிறேன்..
அவன் கனிக்கிறான்
நான் கனிந்திருக்கிறேன்...
காதல் காய்த்திருக்கிறது..
கண்களில்...
..இயலிசம்...

பழுதாகிப் போனேன்..போ..

இது தாமரை..இவள் தா மரை..
இதழ் தாமரை.. இத்தால் தா மரை..
இருவரிக்கு ஒருமுறை
இருவருக்கும் வரைமுறை
இருநோக்கு இறைமுறை
இருப்பு இலைமறை..
இமை விரவி பிடிமனை
இவை பரவி பிடிவரை
இம்மை தருவி கனுவரை
இரும்மை இனிவிரலி அதுவரை..
வெளுத்த கருமை நதிவரை
தெளுத்த கார்மை மதிவரை
கொளுத்த கெண்டை குதிவரை
நெளுத்த நாணம் மறுகரைவரை......
வச்சகண் வஞ்சகச்ச
வாடகைகண் நெஞ்சகச்ச..
நெற்றிக்கண் முஞ்சுகச்ச..
வஞ்சிப்பெண் பாதகத்தி பணிவிடையோ...
வாழையோ..இவள் தாழையோ..
வழமையோ ..இவள் வயல்வெளியோ..
வாஞ்சையோ.இவள் புன்செய்யோ..
மஞ்சையோ..இவள் மருங்கையோ...
பதறுதடி..எழுத்து...
பாதிக்கதவடி திறந்து
எட்டிப்பார்க்கும் மதிவிருந்து
மறைத்து சுவைகூட்டி மறுகூட்டு குழம்பு வைத்து மீனாகி நான்.. அந்த குளத்தோடு சாக...
நீனாகிப்போ..வந்து

அல்லி மலராகிச்சாக..
போதும் போ...புதைந்து போனேன்..
பூவுக்குள் நாகமோ...உன்னால்
விழி அருந்தி விடமாகிப்போனேன்..
நான் பாலாகிப் போனேன்..
பலவை நீக்கி விழுங்க மறந்து
பழுதாகிப் போனேன்..போ..
இது இரவுநேரக்கவிதை சற்றே
இ(கி)ரக்கத்தில் இரவலானேன்.. போ..
..இயலிசம்..

இது உடையா.. இல்லை.. உன் இடையா...

யாரது பற்றவைத்தது
பூமியெங்கும் பற்றிக்கொண்டது..
அணைக்க யாரோ
வருவாரென்றோ...
இரவை நோக்கி தவமிருப்பது...
அவள் ...அவளா...
இல்லை..
அவனா...
அது வானமா..
இல்லை
வண்ணமா...
இது என்ன வகை உடையோ ..
தன்னை பற்றவைத்து
பிறரை எரிப்பது
எந்தவகையோ...
தானே உடுத்திக்கொண்டு
நிலத்தில் முகம் பார்ப்பது...
தன்னை பார்ப்பதற்காகவே
பலர் பார்க்க உடை மாற்றுவது..
வெட்கமில்லையா உனக்கு..
நான் சிவந்தேன் இப்போது..
உன் அரைகுறை வண்ணத்தில்
நான் ஓவியமானேன்...
நீ சிந்திய செந்தீட்டலில்
சிதைந்த பூமியுமானேன்..
பூவையுமானேன்..
நீயே சொல்...
விளக்கம் தேவை எனக்கு..

இது உடையா..
இல்லை..
உன் இடையா...
இது உடையென்றால்
யாரதோ தைத்தது..
இது இடையென்றால்
ஏன் அது என் கண்ணை தைத்தது..
...இயலிசம்..

இரவை எழுதும் விரலாய்...

நீ..காயா..பழமா..

நான் காயமானேன்

பழமாய்...கண்ணடிபட்டு..

தீராக்காதலில்

பூமிப்பந்தை முத்தமிட்டு செத்துப்போகும்..

பூவாக வா..நான்..பூமியாகவா..

இல்லை..

பூமியைப் புணரி

புத்துயிர் பெறும் பழமாக வா..நான் பால்நிலமாகவா...

கண்ணா..நீ

காயாக வா..இல்லை பழமாக.. வா..வா

நீராய்ச்சோலை சேலை நனைக்கும் காற்று

நீயாக வா...இல்லை..

நீயாய் சேலை சோலைக்குள் மணக்கும்

காற்று நானாக...வா...

தீயாய்காதல் காதல் கலைத்த கணம்

நீயாக வா..இல்லை..

காதல் கனத்த கணம் கலைத்த

தீயாய் நான் மாறவா...வா...

தீதானபார்வை தேன்வண்டு தேடல்

நீயாக..வா..இல்லை

தேன்வண்டு தேடும் தேடல்பார்வை

கொண்டு நான் தீதாக..வா..

உடையணிந்த நேரம் இதழ் உளறும்

பாடல் நீயாக..வா..

இலைமறை காயாய்

இதழ் உண்ணும் உடையாய்

நானாக..வா..வா..

இரவுவேளை அணியும்
இருவுடல் அணியும் பனியும்
நீயாக..வா..இல்லை..
பனித்தூறும் நேரம் இரவை அணியும்
உடலாய் நானாக..வா...
இந்தநேர உளியாய்
இவள் எழுதும் விரலாய்
நீயாக..வா..இல்லை..
இவளை எழுதும் உளியாய்
இரவை எழுதும் விரலாய்
கவியாக..வா..
கவியே நானாக..வா
நான்.. நீயானேன்..வா..வா..வா
..இயலிசம்..

அடச்சீ..கண்ணீர தொட... எந்திரிச்சு நட...

ஆகச்சிறியதொரு
நம்பிக்கை..
இறகு முளைத்து பறக்கிறது..
வானம்..
தோள் மீது ஏறி எறும்பு.....
ஆகச்சிறியதொரு
ஆசை..
கை நீட்டி தீண்டுகிறது
வானம்..
தூரிகட்டி தாலாட்டுகிறது ஆலமரம்...
ஆகச்சிறியதொரு
கனவு..
காற்றை கிழித்துக்கொண்டு பறக்கிறது
வானம்..
கனவை கையால் தொடுகிறது விமானம்...
ஆகச்சிறியதொரு
முயற்சி..
வானம் அழுகிறது..
தோல்வியில் பூமி நனைகிறது..
பலருக்கு..இப்போதும்..
ஒன்றை புரிந்து கொள்..
முயற்சி தோற்றிருக்கலாம்..
முயற்சிக்க தோற்காதே....
முடிவு தோல்வியாய் இருக்கலாம்.. அது
நிலை என நினைக்காதே...
முடி தினசரி உதிரும் முளைக்கும்..
அந்த மயிரளவுக்கேனும் உனக்கு
நம்பிக்கை இல்லையா.. என்ன..

நீ...வெறும் மயிரல்ல..

மயிரை தலையாக கொண்ட மனிதன்

அதை மறவாதே...

அடச்சீ..கண்ணீர தொட....

எந்திரிச்சு நட....

வானம் உனக்கு பின்னால் வரும் பாரு... போ..

..இயலிசம்...

கட்டிக்கொள்கிறேன்... தண்டவாளத்தை...

ஏன் நீ நானாக இல்லை..
நாளைக்காலை முதல்
நான் பிறக்கவில்லை...
ஏன் நான் உனதாக இல்லை
விழி கொண்டு துளைக்காத
இதழாக இல்லை....
ஏன் நான் நமதாக இல்லை
நாளும் பொழுதும்
உனக்காக இல்லை....
இறந்து போன வார்த்தைகளை
நெஞ்சை அமுக்கி உயிராக்குகிறாய்..
உயிராக இருந்த காதலை
நெஞ்சோடு சேர்க்க நீ யோசிக்கிறாய்...
யாசகம் தானடி கேட்டு வந்தேன்
ஏன் கண்களை பிடிங்கினாய்
குழிக்குள் நீர் தேக்கி
கன்னத்தில் நீச்சலடித்தாய்...
நீ நடிப்பதாய் நான் நம்புகிறேன்
இப்போது..
உன்னை தவிர யாரையும்
காதலிக்கா என் மனதின்
தப்புத்தான் அது...
நான் காலையில் விழிப்பதும்
கண் தூங்கி எழுவதும்
காதலால் தானடி...
ஆதலால் தானடி..நான்
உன் பாதத்தில் வீழ்ந்தே கிடந்தேன்...
நூறு ரூபாய் செருப்புக்கு

ஒரு இடம் கொடுத்தாய்
உன் வீட்டில்...
நான் நூறாக இல்லையா...
உனக்குள் நூலளவும் இல்லையா....
தேய்ந்த அந்த செருப்பு..உன்
பிறந்த நாளுக்கு நான் அளித்த பரிசு...இன்று
சாக்கடையில் விழக்கண்டேன்.. நான்
ஏற்கனவே சாக்கடையாகிப் போனேனோ..நாற்றமெடுத்த
உன் பேச்சில் வீச்சம் கண்டேன்...
ஏச்சும் பேச்சும் எச்சில் சோறும்
அடைத்த கதவிற்குள் சுவை தான்..அன்றொரு இரவு...
நீ கதவிற்குள் உன்னைத்தள்ளி கதவடைத்தாய்..
நான் சுமை தான்....இன்றிரவு..
காத்திருந்த பயிர்
கால் வலித்த கொக்கு
காலத்துக்கு வராத தண்ணீர்..
கண்ணீர் போல் வீணே..அது நானே..
கயிற்றை நான் தேட
உன் கழுத்தோர நினைவு வருகிறதே...
விடத்தை நான் தின்ன
உன் இமையோர இடம் கேட்கிறதே...
தாவி ஓடும் இரயிலோடு நானும்
இரவோடு இரவாக கட்டியணைத்து
உருளத்தான் போறேன்...
நீ ஒருமுறை... ஒரே ஒருமுறை...
அந்த இரயில் பயணம் போ..
நான் நீ என்னை கடந்ததாக நினைத்து
கட்டிக்கொள்கிறேன்...
தண்டவாளத்தை...
..இயலிசம்...

நீள்பாதை வட்டம் வாழ்க்கை

நீள்பாதை வட்டம் வாழ்க்கை
சுற்றும் பூமிச்சத்தம்
வீண்பேச்சு குற்றம் சொல்ல
சுற்றம் கூடும் நித்தம்...
நடந்து செல் முட்கள் பாதை
ஆகும் பாதம் நசுங்கி கற்கள்
மண் பெண் ஆசை மட்டுமல்ல
ஆனது ஆசை கொள்வது மட்டுமே குற்றமென்பேன்..
உன் நிழலில் பல முற்றுப்புள்ளி
தொடக்கம் அதுவென்று துக்கம் தொலைதூரமில்லை வானம்
தொட்டுவிடும் என நினைக்கவில்லை
பார்வை..
நீண்டநெடியதொரு கனவு விதி
வந்து செல்லும் நாடகம் தான்
பாதை பயம் கொண்டு பதட்டம்
கொண்டால் வாய்ப்பு நழுவி பாலாய்போகும் பயணம்...
தூக்கத்தில் கனவைத் தேடு நாளை
விடியும் கிழக்கு வரை தூங்கு இதுவோ
இலட்சியம் கண்ணே நீ முன்னே
சூரியனை சுடவேணுமே அதுவரை முயல் எழு..
அழுகை கண்ணீர் பிழை கண்
அழமட்டுமா படைத்தது இறை
இவை போல நினை இன்னும்
இன்பம் நிறைந்திருக்கிறது அணை....
தேங்கி நில்லா நீர் நதி
ஆகும் சாக்கடை நீராகுமோ
சொல் செய்வனயாவும் கொள்கை
கொண்ட முயற்சிகள் யாவும் வெல்லும்..

..இயலிசம்..

இனிய மகளிர் தின நல்வாழ்த்துக்கள்..

இவள் போலொருத்தி இல்லா உலகம்..
இல்லாது ஆக்குவோம்...
இவளை தூற்றா காற்றை
கயிற்றில் கட்டி தூக்கில் ஏற்றுவோம்...
அவள் அம்மாவாக வந்தாள்
அவள் அக்காவாக வந்தாள்
அவள் மனைவியாக வந்தாள்
அவள் மங்கையாக வந்தாள்
அவள் மாலை தாங்கி வந்தாள்
அவள் மலர்மாலையாக வந்தாள்
அவள் மனதைக்கொண்டு வந்தாள்
அவள் மனதைக் கொல்லவும் வந்தாள்
அவள் மகிழமாக வந்தாள்
அவள் மகிழ்ச்சியாகவும் வந்தாள்
அவள் மாவீரனாக வந்தாள்
அவள் மானுடவியலாக வந்தாள்
அவள் மனுசியாக வந்தாள்
அவள் மானுட பூச்சியாக வந்தாள்
அவள் உண்மையாக வந்தாள்
அவள் பெண்மையாக வந்தாள்
அவள் அழகாக வந்தாள்
அவள் உலகை அழகாக்க வந்தாள்..
அவள் நதியாக வந்தாள்
அவள் விதியாக வந்தாள்
அவள் மகளாக வந்தாள்
அவள் மாகாளியாக வந்தாள்
அவள் அனைத்துமாகவும் வந்தாள்
உலகில் அனைத்துமாகவும் நின்றாள்

உலகை அன்பால் வென்றாள்..

உலகியலானாள்..

அவளை வாழ விடுவோம்..

நாம் வாழ்வோம்...

பெண்மையை போற்றுவோம்..

உண்மையில் உயிர்கொண்ட உடலாவோம்..உலகாள்வோம்.

இனிய மகளிர் தின நல்வாழ்த்துக்கள்..

அன்னையரே..

..இயலிசம்...

நான் துரத்திப் பிடிக்காத பட்டாம்பூச்சி

நான் துரத்திப் பிடிக்காத
பட்டாம்பூச்சி இப்போதும்
அழகாகத் தான் பறக்கிறது...
நான் துரத்தி ஓடாத
பறவைக்கூட்டம் இப்போதும்
அழகழகாய் நடக்கிறது...
நான் துரத்தித்துரத்தி
காதலிக்கா
அவளும் கூட.....
கணவரோடு சந்தோசமாக வாழ்கிறாள்..
மகிழ்ச்சியில் அவள் உலகம்...
அவன்..
எப்போதும் எடுப்பது மட்டுமே
நம் தேவையென்றால்
நீ கொடுத்ததை இலவசமாய் கொடு..
இருதயத்தையும் கூட
அவள் இமை வசமாய் கொடு....
தேடல் மட்டுமே தேவை என்றால்
உடல் உன் தேவையல்ல
எனக் கொள்...
உடல் மட்டுமே தேவை என்றால்
உயிரை துறந்து
கல்லறை செல்...ஆயிரம் உடல்கள் ஆங்கே
உயிர் தேடுகின்றன...
காதல்
இனிமேலாவது
உயிரோடு உடலாக ஒட்டி வாழட்டும்..
..இயலிசம்...

விதைப்போம் கவிதை தூவி

செய்யுள் செத்துப்போன பிறகு
ஒப்பாரி வைக்கிறது
எழுத்து...
எதுகை செத்துப்போனதோ
ஒப்பாரிப்பாடலாகிறது
கவிதை..
கவிதை செத்துப்போன பிறகு
ஒப்பாரி வைக்கிறது
வார்த்தை..
மோனை தூக்கி
முன்நின்று நெஞ்சடித்து
அழுகிறது..
என் கை..
எப்பொருள் தின்றதோ
இப்போது விடமானது
கற்பனை..
எப்பொருள் மாற்று மருந்தோ
விழி தேடுகிறது
கைகளை...
நீங்கள் தொலைந்து போனீர்கள்
நான் தேடு பொருளானேன்..
இப்போது
நான் தொலைந்து போகிறேன்..
நீங்கள் தேடிய பொருளாகிறேன்...
எச்சம் வழிந்த கண்ணோரம்
மிச்சம் இன்னும் இருக்கிறது..
துச்சம் அழித்த உளிகொண்டு
தூக்கம் பழித்து உழுகிறது..

விதைப்போம் கவிதை தூவி
விதை முளைக்கும் நாளை
நம்பிக்கையில்
வாழ்கிறது என் ஆவி...
..இயலிசம்

வாழ்க்கை அழுகிறது..அழகியது...

இல்லா குளிக்கிறது
இரவு இரசிக்கிறது..
இடையில் துக்கம் கட்டி
இந்திர சாபம் பெறுகிறது..
நட்டுவைத்த மரமொன்று
தலையாட்டி பார்க்கிறது..
நாணம் கிளை கொண்டு
நானாக அழைக்கிறது....
பூசைப்பழமெல்லாம் புணர படைக்கப்படுகிறது..
பூவைக்குள் சாமியோ...
புடவை கட்டி நடக்கிறது...
புன்னகை புண்ணாக்கி நெஞ்சில்
தைக்கிறது..
நெருஞ்சி முல்(ள்) கண் ரெண்டு
நெற்றிப்பொட்டில் தைக்கிறது...
நெசவு செய்த நடை
பருத்திப்பால் பழகுகிறது..
பார்வை பதம் உண்டு
பாதைக்கும் பால்புச்சி பிறக்கிறது..
உச்சிமுதல் பாதி வரை
கண்ணாடை தடுக்கிறது..
தடவித்தடவி நடக்கிறேன்...
நான் அவளை தேடுகிறேன்....
எனக்குள்...அவளைத்தேடும்
என் தேடல் கனவாய் போக...
காகம் கரைகிறது..
கதிவன் பின்பக்கம் சுடுகிறது..
வானம் பிளிர்கிறது...

வாழ்க்கை அழுகிறது..அழகியது...

..இயலிசம்...

கூர்த்தியம் குலவிளக்கே.....

அகநக ஆதிரை
அவள் திரை கூடுரை
ஆகம அவந்திகை
அச்சுப்பிழை ஆய்சிகை
மாகமுக மந்திரை
மாகளி இந்திரை
மாந்தளிர் எந்திரை
மாயமோகினி மாதறை...
கடுகுடு காய்ந்தகை
கறைசுடு கனிகை
கந்த காய்ச்சிகை
கருவிழி மீட்சிகை...
எப்பொரு கூப்பிடு
முப்பொரு நாணிடு
செப்பொரு கூற்சிலை
நிப்பொரு காணிடை....
மோனுகை முதன்மை
மோகன விதன்மை
மோனிடு முகமை
மோச்சிடு முதுமை.....
கூச்சிடும் கைகுளம்
கூதிரும் கண்விழும்
கூர்மியம் இருமறை
கூர்த்தியம் குலவிளக்கே.....
..இயலிசம்....

கல்லறை தாய்ப்பால் கசந்து போறேன்..

மாமா....

என்னை எங்கும் தேட வேண்டாம்..

ஏட்டில் எழுதியும் பாட வேண்டாம்...

எண்ணம் ஏற்க வேண்டாம்..

எழுத்தும் என்னோடு கோர்க்க வேண்டாம்...

விளக்குப்பிடித்து இரவெங்கும் சாலையில்

சுவரொட்டிகள் ஒட்ட வேண்டாம்...

சுவரொட்டி சுகப்படத்தில் நீலவண்ணம் அடிக்க வேண்டாம்..

நீலநிற கனவுகளில் என்னையே உடுத்த வேண்டாம்...

உடுத்திய காலை வேளையில் நானும் விழிப்பேன்..

பார்க்க வேண்டாம்...

படத்தில் என்னைத் தேடி மறைவாய்

கண்ணடித்து அழவும் வேண்டாம்...

அந்த கடையில் சேலைகட்டிய பொம்மைக்குள் என்னை சிலையாக

தேட வேண்டாம்..

சேதி சொல்லும் அலைபேசி வார்த்தைக்குள் அர்த்தம் கூட்டி கூட வேண்டாம்..

மாலைவேளை வந்ததும்

மல்லிகைப்பூ கடையோரம் தேங்க வேண்டாம்..

மார்பு முடிமீது தலைச்சாயம்

மனதை கருப்பாலே அடிக்க வேண்டாம்..

மாமா....

அந்த மலர்கடை மங்கையும்

நானாக இல்லை..

மச்சம் வைத்த உதட்டோரம்

என் புன்னகை மழலை தவழவில்லை.....

உன்னிடம் நேற்றைய தாவணி வாங்கி நான் சமைக்கவில்லை..

தவணைமுறையில் தாகம் சேர்த்து சமையவில்லை...

தத்தித்தத்தி வானம் மோகம் மூடிய மேகம்...
வானம் நானில்லை.. அந்த
வண்ண மயிலும் நானில்லை...
உன்னை நனைக்கும் மோனமழையும் நானில்லை..
தாரை தப்பட்டை தவிக்க...
காய்ந்த மரப்பட்டை உதிர்க்க..நெருப்பு
உடை மாற்றி போகிறேன்...உருமாறி
உன்னை மறந்து போகிறேன்...
தேடாதே.. மாமா...
தேனீர் நான்.. நீராகிப்போனேன்...
தேனடை நான்.. தெருவோடு போறேன்...
தெற்குத்தெரு கள்ளி... பாலாகிப் போனேன்..
பாலான நான்.... பாடையில் போறேன்...
தேடாதே..மாமா..
தெருநாய்கள் கத்தும்.. அந்த
தெருவோர சத்தம்.. இரவில்..
கேட்கும் அழும் என்குரலும்...
உன்னைத்தேடி மட்டும்...
ஊரெங்கும் சுற்றும்....
வாராதே..மாமா...
நான்
கல்லறை தாய்ப்பால் கசந்து போறேன்..
உன்னைச்
சிலுவையில் அறைந்து போறேன்...
.இயலிசம்...

செத்துச்செத்து பிழைக்க வேண்டும்....

நீ கல்லூரிக்குச் செல்கிறாய்
இருக்கட்டும் ....
நான் எதற்காக
காதுகளை பிடித்துக்கொண்டு நிற்க வேண்டும்...
நீ தேர்வுக்கு படிக்கிறாய்
இருக்கட்டும்....
நான் எதற்காக
தேர்தலில் நிற்க வேண்டும்....
நீ எழுதுகோலை திறக்கிறாய்
இருக்கட்டும்..
நான் எதற்காக
என் சட்டையை கழற்றி நீட்ட வேண்டும்...
நீ என்னை கடக்கையில் சிரிக்கிறாய்
இருக்கட்டும்..
நான் எதற்காக
சாயப்பட்டறைக்குள் நுழைய வேண்டும்..
நீ பொட்டுவைக்க மறக்கிறாய்
இருக்கட்டும்..
நான் எதற்காக
காய்கறி தோட்டம் வைக்க வேண்டும்...
நீ என்னருகில் வருகிறாய்...
இருக்கட்டும்..
நான் எதற்காக
நிலவைத்தாண்டி ஓட வேண்டும்...
நீ என்னிடம் வழி கேட்கிறாய்
இருக்கட்டும்..
நான் எதற்காக
வரங்கள் கேட்க தயாராக வேண்டும்...

நீ என்னை பெயர் சொல்லி அழைக்கிறாய்
இருக்கட்டும்..
நான் எதற்காக
தண்டனை கைதியாக பதற வேண்டும்....
நீ என்னுள் ஏதோ செய்கிறாய்..
இருக்கட்டும்..
நான் எதற்காக
செத்துச்செத்து பிழைக்க வேண்டும்....
..இயலிசம்....

நீ வாயேன்.....நீராக..நீயாக...

நீ நீராடப்போ
நீள்கடல் நீந்திச் சாகும்..
நீ நீராடிப்போ
நின்கடல் நிந்திச்சாகும்....
நீ நீந்திப் போ
நிர்விகாரி நிர்மூலமாகும்..
நீ நீராகிப்போ
நின்னடி நீச்சமாகும்...
நித்திரை கெட்டிட உன்னாலே
நீதிரை ஆனது உன் கண்ணாலே
நித்தமும் என் மனம் தன்னாலே
நின்பெயர் மந்திரம் ஆனது எதனாலே..
ஒட்டிய ஒற்றை பயிர்
ஒருவிரல் மைக்கருப்பு..
ஒருமை உன் கன்னம்
ஓர்மையடி என்னுயிரே...
கத்திகொண்டே கத்தரித்த
கச்சத்தீவு காணிமைதாழ்
கானா கனிகள் காட்டம்
கற்பிழப்போ கற்பனைக்கு....
இன்றிரவு நீ வரவோ
இந்த வேளை கசக்கிறது..
கற்பனையில் உன்னைத்தின்றேன்...
என் விரதம் விரகமாகிறது...
விக்கல் வருகிறது..
நீ வாயேன்.....நீராக..நீயாக...
..இயலிசம்...

கற்பனை.. இல்லை இவள் கற்சிலை..

புடவை தாங்கி நடக்கிறது
கற்பனை...அல்ல
அவள் கற்சிலை....
உருவான காலம் தொட்டு
தொட்டுத் தொட்டு போனது
பார்வைகள்...
உளி கொண்ட காதலையும் சேர்த்து
கட்டிக் கொண்டது
கற்பனை...
எப்படி எப்படியோ
அவன் சமைத்தான்..
சமைத்த வடிவங்களில் அவள் சமைந்தாள்...
சாம கற்பனைகள்
சத்திய வேள்வி கருவிழிகள்
இடையிடையே இணைப்புகள்
இதழோர உச்சரிப்புகள்
இவையோடு கலந்த தழுவல்கள்
எழுதிய கவிதைகள்
கற்பனை...
மூன்று நாள் பூசை முடித்து
முறையாக வண்ணமிட்டு
அந்த நாள் பூசைக்கு
அவள் வந்தாள்..இன்று போல..
இன்றோ பலநாள் பூசை முடித்து
படையல்கள் பல செய்து
படைப்புகள் பல கண்டு..
காணா தூரத்தில் சாலை ஓரத்தில்...
யார் எழுதியதோ இவளை..

யார் எய்ததோ இவளை..

யார் ஏதோ இவள் வினை..

வீதியில் விதியால்

புடவை கட்டி ஊர்வலம் போகிறாள்...

அவள் கற்சிலை போல.. மீண்டும்

மண் தின்று கல்லாகிப்போக..

இல்லை..இவள்

கற்பனை.. இல்லை இவள் கற்சிலை..

..இயலிசம்...

புத்தன் வருகிறான்..

புத்தன் வருகிறான்

ஒவ்வொரு முறையும் புத்தி சொல்ல..

பணம் நிறைந்த பை

காற்றை நிறைக்கும் போது...

கையிலிருந்த காசை

களவு கொடுத்த போது...

களவு போன இருதயம்

காயம் அடையும் போது..

காயத்திற்கு மருந்து வாங்க

காசு காய்க்கும் மரம் கேட்கும் போது..

மரத்தின் அடியில் எல்லாம்

மனிதத்தை காணும் போது..

மனிதம் எல்லாம் காணாமல் போகும் போது...

காணாமல் போகும் மனிதன்

கல்லறை போகும் போது...

கல்லறை எல்லாம்

கருவறையில் தூங்கும் போது..

புத்தன் வருகிறான்..

நம் புத்திக்குள்.....

..இயலிசம்...

நம்பிக்கை இலவசமாக விற்கப்படுகிறது...

வாழ்க்கை எளிதாக
அழச்சொல்லித் தருகிறது..
அத்தனை ஆசைகளுக்கும்
அழுகை தீர்வைச்சொல்லித் தருகிறது.
அழுதுகொண்டே பிறந்த
நம்மை சிரிக்க வைக்க
அம்மாவைக் கொடுத்த வாழ்க்கை தான்..
இன்னும் யாரோ நமக்காய்
வாழ்வதாக சொல்லித் தேற்றுகிறது...
உதிர்ந்த சாலையில் கனிந்த பூக்கள்
அதனருகில் காய்ந்த கனிகள்
நம்பிக்கை விதைக்கிறது..
நாளை முளைக்கும் என
நம்மைப்போல் நம்புகிறது...
பழுத்த தலையில் சிரிக்கும் முடிகள்
வானத்து விண்மீனோடு பேசிச் சிரிக்கிறது..
நாளை நாமும் அங்கே
வாடகை வீட்டில் குடிபுகுவோம் என
கூடிப்பேசுகிறது...வயது
கூடக்கூட பேசுகிறது..
முகத்தில் மெல்லிய சுருக்கம்
வாழ்க்கையை குறுக்கிப் போகின்றது
இன்னும் எத்தனை நாளோ
விடியும்... கண்கள் பூத்து உதிர்கிறது...
நாம் வாழ்ந்து முடிப்பதற்குள் ஒருமுறை
வாழ்க்கை நம்மைத்தழுவ ஆவல் பிறக்கிறது..
தழுவும் ஆசைகள் பேராசை என்று
பேனாக்கள் அழுகிறது....

கற்றதும் பெற்றதும் போதும்
நிம்மதி கொள்வோம் என
நித்தமும் கடக்கிறது...
நாளை ஒருநாள் நமக்காக விடியும்...
இன்னும் நம்பிக்கை இலவசமாக
விற்கப்படுகிறது...
..இயலிசம்

நீங்கள் நீங்களாகவே இருங்கள்...

உங்களை ஒருநாள் நான்
நானாக அடையாளம் காண்பேன்..
அப்போது நீங்கள்
நீங்களாக இருங்கள்....
உங்களை ஒருநாள்
என்னை தேட வைப்பேன்
அப்போதும் நீங்கள்
நீங்களாகவே இருங்கள்...
உங்களை ஒருநாள்
என்னை பாராட்ட வைப்பேன்..
அப்போதும் நீங்கள்
நீங்களாகவே இருங்கள்..
உங்களை ஒருநாள்
என்னை அடையாளம் காட்ட வைப்பேன்...அப்போதும் நீங்கள் நீங்களாகவே இருங்கள்..
உங்களை ஒருநாள்
நான் வென்று இருப்பேன்..
அப்போதும் நீங்கள்
நீங்களாகவே இருங்கள்...
உங்களை ஒருநாள் நான்
மறந்து இருப்பேன்.. அப்போதும்
நீங்கள் நீங்களாகவே இருங்கள்..
உங்களை ஒருநாள்
நான் விட்டுச்செல்வேன்... அப்போதும் நீங்கள்
நீங்களாகவே இருங்கள்...
இப்போது நான்
உறங்கச் செல்கிறேன்...நாளை விடியும் எழுவேன்..
வெற்றிச் செய்தி சொல்கிறேன்..

அப்போதும் நீங்கள்

நீங்களாகவே இருங்கள்...

நான் எப்போதும்

நானாகவே இருக்கிறேன்.. நான் நானாக எழுவேன்...

என் தலைவன் பிரபாகரன் மீது ஆணை...

ஒருநாள் நாமாக வளர்வேன்..

என் வரிகள் கொண்டு

இயலிசம் வரைவேன்...இது நிச்சயம்.. சத்தியம்....

..இயலிசம்..

உன்னால் வாழ்வதும் வீழ்வதும் ..பேரின்பம் தான்..

நூலகமே.. என்னை ஒருநொடியேனும்
அரவணைத்துப் போயேன்
சில கவிதைகள்
உதிர்ந்துவிட்டுப் போகட்டும்..
கவிதையே நீ என்னை ஒருமுறை
தழுவிவிட்டுப் போயேன்..
சில புத்தகங்கள் வசமாகட்டும்..
புத்தகமே நீ என்னை
வசப்படுத்திப் போயேன்..
என் வாழ்க்கை
நூல்களாய் வாழட்டும்....
அழகே..
உன் முத்தத்தை ஒரு கோப்பையில்
ஒற்றிக்கொடு..
அது காதலின்
உலக கோப்பை ஆகட்டும்....
உன் பேச்சை அலைபேசியில்
சேகரித்துக் கொடு..
அது தேவரகசியம் ஆகட்டும்..
ரகசியம் என்னடி..கண்ணே..
உன் கண்ணல்லவோ..
சாக்ரடீஸ் என்னடி சொன்னான்
உன் குறுநகை சொல்லாததை..
சாலமன் என்னத்தை செய்தான்
உன் ஒப்புமை செய்யாததை..
அலெக்சாண்டர் எப்படி வென்றான்
உன் விழி வீச்சில் வீழ்தாததை...
சொல்லேன்..

யாரடி உன் கண்ணுக்குள்
கள் பானையை கட்டிவைத்தது..
கள் கொண்ட குடுவையை
கண்ணாக நீந்த வைத்தது..
யாரடி..கள் கொண்டு
கயலை சித்தரித்தது..
சித்திரத்திற்கு புடவை கட்டி
உயிர் கொடுத்தது..
ஏனடி ...
என்னைக் கொல்கிறாய்
ஒற்றை கண்ணுக்குள் பூட்டுப் போட்டு
மறு கண்ணுக்குள் என்னை
விடுதலை செய்கிறாய்..
விளங்காத பார்வையில் விடுகதை போட்டு
விடைகளை நீயே
மூடிவைக்கிறாய்...
முகமூடி ஒன்றை முந்தானைக்குள் மறைத்து
முழுமையாய் முகவரியை திருடிப்போகிறாய்...
ஏனடி..செய்வேன்..
நான் கவிதை எழுத வந்து
வார்த்தைகளை கடன் கொடுத்துப் போகிறேன்..போ..
இன்னும் ஒருமுறை
என்னை
கெடுத்துப் போ... நான்
உன்னால் வாழ்வதும் வீழ்வதும்
ஒன்றுதான்..பேரின்பம் தான்..
..இயலிசம்...

பசி வேலைக்குச் சேர்கிறது..

தார்சாலை ஓரத்தில்
தள்ளுவண்டிக் கூடத்தில்
தயங்கி நிற்கிறது பசி...
தட்டில் சோறு தேவையில்லை
தகுதி எதுவும் பார்க்க தோணவில்லை
தயக்கமாய் எட்டிப் பார்க்கிறது
பசி..
மானம் செத்துப்போய் விட்டதாக
உடலின் எல்லா பகுதியிலும்
ஒவ்வொரு திசுக்களிலும்
ஒப்பாரி வைக்கிறது பசி..
இது இரண்டாம் நாளா...
இல்லை
இறுதிநாளா... இல்லை
இப்படித்தான் இனி நாட்களும் தொடருமா
எதையோ யோசித்து எண்ணத்தில் நிறைந்து
விழியோரம் பூக்கிறது பசி..
மனசு ஏங்குகிறது
நாக்கு கூசுகிறது..
எதையாவது சாப்பிட்டு விட்டு
ஓடிப்போய் விடு...என கதறுகிறது
பணமில்லா வயிறு..
சூடான இட்லியும் முறுகலான தோசையையும் காற்று சாப்பிட்டு விட்டு
மெல்ல ஏப்பம் விடுகிறது..
என் மூக்கோரம் வாந்தியின் வாசனை..
இங்கே
ஒரு ரூபாய்க்கு இட்லி கிடைக்குமா..
ஒருமுறை கேட்டுப்பார்க்கலாமா..

எங்கே அந்த ஒரு ரூபாய் என
ஓட்டை மனசோடு விரல்களையும் பிசைகிறது பசி..
இன்னும் இப்படி தயங்கி நின்று கொண்டிருப்பது சரியா
இன்னும் இப்படி சாப்பிடாமல்
இருப்பது சரியா ..
குழப்பத்தோடு கால்நடை பயணம்
தொடங்குகிறது..
பசி அந்த தள்ளுவண்டி கடையில்
வேலைக்குச் சேர்கிறது..
..இயலிசம்....

மொட்டுக்கள் மட்டுமே அவிழ்கிறது..

இரவாளனே..

உதட்டுச்சாயம் தீரும் வரைக்கும்
ஓவியம் வரைவேன்
உன் கன்னமதில்..
உறங்கும் சூரியன் விழிக்கும் வரைக்கும்
வண்ணம் தீட்டுவேன்
இன்னுமதில்..
கருப்பு வெள்ளை படங்கள் வேண்டாம்
நீல வண்ணம் அடிப்பேனதில்..
நீயும் நானும் இரவைச் சுமக்க
இரவிக்கை தூக்கம் துரத்துவேனதில்..
கொஞ்சம் சிரிப்பை வயிற்றில் கொட்டி
மீசை குத்த இரசிப்பேனதில்..
குளிர் வண்டுகள் கூந்தலைத்தேட
உன் விரல் குடிக்க உயிர்ப்பேனதில்..
உச்சரிக்க உச்சரிக்க உன் கண்கள்
மிச்சம் வைக்க..
எச்சரித்து சிவந்து நிற்கும் வெட்கங்கள்
அணை உடைக்க..
மொத்தமும் தூறிய மோகமழை முதுகில் ஓட..
நான் நிறைவேனதில்....
உன் விரல் பிடித்து நீச்சலடித்து
களிப்பேனதில்...
இது காமன் உறங்கிய கனவோ..
இல்லை..
கட்டில் கால்கள் கொண்ட உறவோ..
உறக்கத்தில் கிறக்கம் தரும் கனவோ..
இல்லை..

இது காதலைக் கடந்த கலவோ..
யான் அறியேனடா..
இரவல் கேட்டேன்... இப்போது..
இரவாளனே... இமைக்குள் நீயடா..
இது இனிமையான இரவலடா..
தருவீரோ...
தடாகம் அணை உடைக்க
தாமதத்தில் கமலம் கவிழ்கிறது..
மொட்டுக்கள் மட்டுமே அவிழ்கிறது..
..இயலிசம்

யானையின் கதை தெரியுமா...

காட்டை தின்று அழித்த
யானையின்
கதை தெரியுமா...
யானையை தின்று செரித்த
எறும்புகள் கதை தெரியுமா....
எறும்புகளை தூக்கிச் சுவைத்த
மண் தின்னியின்
கதை தெரியுமா..
மண்ணை தின்று கடவுளான
மனிதனின்
கதை தெரியுமா...
கதைகள் எல்லாமே
கடவுளான கண்ணனின்
கதை தெரியுமா...
கண்ணனைப் பெற்றவள்
ஏன்
கடவுளில்லை..
அந்த
காரணம் உங்களுக்கு தெரியுமா...
கற்களைக் கொண்டு கட்டிய கோட்டை
மனிதனை ஆண்டதும்
உண்மை தான்...
கற்களைக் கொண்டு
கட்டிய கோட்டை
கடவுளானதும் உண்மை தான்...
கல்லும் மண்ணும்
இங்கிருக்க
மனிதன்

காணாமல் போனான்..

அதுவும் இன்று

உண்மை தான்...

எத்தனை சத்தியம்

செய்த போதும்

சக்தியும் சிவனும் ஒன்று தான்...

ஆணுக்கு பெண் அடிமையில்லை..

அர்த்த நாரீஸ்வரன்

மனிதனாய் பிறந்ததும்

பெண்மை தான்..

அவளுக்கும் ஆண்மையுண்டு

ஆண்டவனை பெற்றதும்

அவள் தான்...

அவளும் அம்மா தான்..

அம்மா கடவுள் தான்...

..இயலிசம்...

நீயில்லா நானும்..ஒன்றே இரவோடு....

இந்த வேளை அவள் வருகிறாள்.
பால்வெளி மீது பட்டாடை பூசி..
சின்னச் சின்ன கண்ணில்
விண்ணை அழகூட்டி....
இதள் இருநொடி இருதயத்தினுள்
இதழ் வரை நழுவிடும்..
ஆசை அவளைக் கண்டு
அங்குமிங்கும் அலைந்திடும்....
காற்றில் கோதிடும் கேசத்தின்
ஒற்றைத்துளி
தேசத்தின் மீது வீழ்கையில்
மோதலாம் நெஞ்சுக்குள்....
கோடி கோடிப்பூக்கள்
கோட்டை கட்டிய கற்பனை
நீ சூடும் வானம்
நிசம் நீ தான் பூ...
ஓடிக்களைத்த காற்றும்
நீ சிந்தும் மூச்சும்
நித்தம் சித்தம் கலைக்கும்
பித்தம்... மனசுக்குள்..
வாரி அணைத்த சூடும்
நீ அணைத்த போதும்
தீயாய் விரல் நழுவி
பார்வையில் எரிகிறது..எரிக்கிறது..
விட்டு விட்டு பேசும்
உன் பாதம் எழுதும்
எத்தனையோ காவியங்கள்
இப்போதும் மண் மீது

உன்னை சுமந்து கொண்டு புத்தகமாகியது....
ஒரு மாலைக்காற்று
மெல்ல உன் மீது முட்டிமோத
மூர்ச்சையாகி மேகம்
மெல்ல கண்ணை மூடும்..
ஒரு பெரிய பூட்டு
நீலவானம் வாங்கி
உன்னை பூட்டிக்கொள்ள
இரவை அழைக்கிறதோ...
இப்போதை விடிய விடிய இனிக்கிறதோ..
உன்னைத் தானடி..பெண்ணே..
அந்த வெண்ணிலவாய் கேட்டேன்..
இரவும் பகலும் என்மன வானில்
ஊர்ந்து போகக் கண்டேன்..
உன்னை இழந்த நாளில்
நானும் அமாவாசை ஆனேன்..
அம்மா இல்லா அந்த வானம்
அடியே..
நீயில்லா நானும்..ஒன்றே இரவோடு....
..இயலிசம்...

தொலைவாய் இன்னும் தொலைந்து கொண்டிருக்கிறேன்..

என் யோசனைக்குள் நீயே
புதைந்திருக்கிறாய்
புதையலைத் தேடுகிறேன்
உன் விழியில்...
உன்னை கண்ணாடியில்
காண்கிறேன்..
உடைக்குள் நான்..
உன்னை சாலையில்
தேடுகிறேன்..
பாதச்சுவடுக்குள் நீ..
உன்னை எதிர்நோக்கி
காத்திருக்கிறேன்..
என் கைக்குள் நீ...
உன்னை வாழ்க்கையாய்
கேட்கிறேன்..
என் வார்த்தைக்குள் நீ...
என்னை நானே
காதலிக்கிறேன்..
என் கற்பனைக்குள் நீ..
என் கற்பனைக்குள்ளடா..
கண்ணா..
நீ கதவடைத்துத் தூங்குகிறாய்..
நான் மெல்ல மெல்ல
உன் மனதிற்குள் நுழைய
போட்டிபோட்டு
துவாரத்தோடு திரும்புகிறேன்..
சாவியின்றி..
காதல் பூட்டப்பட்டிருக்கிறது..

நீ சாவியை தொலைத்திருக்கிறாய்..
நான் தொலைவாய் இன்னும்
தொலைந்து கொண்டிருக்கிறேன்..
..இயலிசம்..

என்னை நீ தேர்ந்தெடு தேனிலவு போக..

அந்த

அழகு மீசை தானடி..

என்னை அணுஅணுவாகி இரசித்தது..

அந்த

குறும்புப் பார்வை தானடி

என்னை குத்தீட்டி கொண்டு கொன்றது..

அந்த

மூக்கின் நுனி தானடி..

என்னை மோகத்தில் மூழ்கச் செய்தது..

அந்த

முன்நெற்றி தானடி..

என்னை முழுப் பைத்தியமாக்கிப் போனது..

அந்த

இமையோரம் தானடி

என்னை வழிப்போக்கனாக்கியது..

அந்த

இதழோரம் தானடி..

என்னை பாலைச்செடி தாக்கியது..

அந்த

படர் கூந்தல் தானடி..

என்னைப் புதைத்துவைத்தது..

அந்த

மையல் விழி தானடி..

என்னை மதிமயங்கச் செய்தது..

அந்த

அது தானடி..

என்னை அடமானம் கேட்டது..

அந்த

அவைகள் தானடி..
எனக்குள் என்னை தொலைத்தது..
அந்த
ஆ தானடி..
என்னக்குள் காதலாய் பசித்தது..
உணர்வாயோ...
...
நீ ஆராய்ச்சி செய்த
அணுஉலையோ..
உனக்குள் ஆண்டவன் கொதிநிலையோ..
அவனுக்கும் உனக்கும் அறிவில்லையோ..அடியே..
நான் அரைநிர்வாணமானேன்
உனக்கு என் காதலை உடுக்க துணிவில்லையோ...
ஒட்டிய கன்னம் தூக்கி
ஓரிரண்டு அடியோடு வைத்து
என்னை எரித்தவளே..
உன் நெஞ்சுக்குழிக்குள்
ஒருமுறை புதைத்தவளே..
நான் ஒரு நொடி மூர்ச்சையானேன்
ஏனடி என்னை பாதையில் புதைத்தாய்..
நான் ஒருமுறை நீராவியானேன்
ஏனடி..என்னை பார்வையால் குடித்தாய்..
உன் ஒருசுற்று விழிக்குள்
சுழலும் என்னுலகம்...ஏனடி
நீயே..பகலும் இரவுமானாய்..
என்னை பசியில் இரவாக்கிப்போனாய்..
அடியே..
பக்குவம் போதவில்லை..
எனக்கு.. உன்னைப் பார்த்தநொடி
பற்றிப்படர...
அந்தக் கொடிபடர்ந்த இடையோடு

என் நினைப்பு சுற்றிச்சுழல...
நீ உமில் விழுங்குகிறாய்
நான் குமிழைத் தேடுகிறேன்..
நீ குதித்து நடக்கிறாய்
நான் பள்ளமாகிறேன்...
நீ என்னை கடக்கிறாய்
நான் உன்னை எனக்குள் பதுக்குகிறேன்..
நீ தூரமாய் போகிறாய்
நான் பாரமாய் தேங்குகிறேன்..போ..
நீ நாளை இவ்வழி வருவாயோ..
நான் பாதையில் காத்திருக்க..
நீ நடந்து வருவாயோ...
நான் நிலத்தின் மீது எதிர்பார்த்திருக்க
உன் நிழலைத் தாண்டி..
உனக்குள் போர் தொடுக்க..
என்னை நீ தேர்ந்தெடு
தேனிலவு போக..
..இயலிசம்..

பூக்கடை விற்பனையாகிறது..

பூவை கட்டிக்கொண்ட
புடவையொன்று..
ஆசை தழையத்தழைய வலம் வந்தது
காலைச்சுற்றி ஒருகாலம்...
புடவை மெல்ல கணுக்கால் மேலெழ பூ மீது
ஆசை குறையத் தொடங்கியது
அந்த நேரம்..
மயில் தோகை பேச்சுக்கள்
மடை திறந்த பாராட்டுக்கள்
தொட்டுப்பேசும் வார்த்தைகள்
கிட்ட வர வேண்டும் என
தவமிருக்கும் நேரங்கள்
அனைத்தும் வீண் என்றது..
புடவை மெல்ல நைந்து நைட்டியானது..
நாளடைவில் பூவை கட்டிக்கொண்டது
நைட்டி
அதனோடு கடைவீதி போனது..
களவும் போனது ஆசை...கனவும் போனது..ஆதலால் தூக்கமும் போனது..
காத்திருந்த வண்டுகள் எல்லாம்
வகைவகையாய் தேன் சேகரிக்க
பூ கட்டிக்கொண்டது
ஒரு பூக்கடை....
இன்றோ பூக்கடை விற்பனையாகிறது..
வாசனை பட்டினி கிடக்கிறது..
..இயலிசம்...

உதட்டோரம் கூதற்காற்று..

உறக்கத்திற்குள் மெல்ல நுழைந்து உளறி வைக்கிறது..
உதட்டோரம் கூதற்காற்று..
முதலில் காதோரம் பேசுகிறது..அது
கடைசி வரை நீள்கிறது..
காதல் கழுத்து வரை கூசுகிறது..
மெல்ல உடையை சரிசெய்கிறது சேலை...... இப்போது
அது
இடைவெளிகளை தேடி அலைகிறது..
ஏதோ ஒரு நொடியில் மீண்டும்
நுழைகிறது.. இப்போது
மார்பின் ஓரம் கூட கூசுகிறது..
எனக்கு...
மெல்ல நினைவு
திரும்பிப்படுக்கிறது.. இல்லை
திருப்தி இல்லை..
காற்று இந்த முறையும்
இருதயத்தின் மத்தியை திருட முயல்கிறது... நான் மெல்ல
முணங்குகிறேன்..
மூச்சுக்காற்றால் எரிக்க முயல்கிறேன்...
கூதிர் விடுவதாயில்லை..
மறுபடியும் ஒருமுறை
முட்டி மோதி முடிவுவரை தழுவி
முத்தமிட்டே தீருவதென்று
விரல்களோடு போரிட்டு
விடிய விடிய விரைகிறது..
இரவு காலோடு விரைத்துப்போய்
விடிகாலையில் எழுகிறது..கடித்து சுவைத்த
கம்பளிப் பூச்சிக்கு

இப்போது வியர்க்கிறது..

விரல்கள் மின்விசிறியை

அணைத்துக்கொண்டு

மீண்டும் ஒருமுறை

குட்டி முத்தம் கேட்டு அடம்பிடிக்கிறது...கம்பளி அசதியில் ஓரமாய் கிடக்கிறது..

சேலையின் விரல்கள் தலைக்கு அடியில் தவமிருக்கிறது..

தவணை முறைக்காய் கம்பளி தாமதிக்கிறது..

ஆனால்..

அந்த அலாரச்சத்தம் அலறியடித்து எழும்புகிறது.அவளை அரவணைக்க ஆதவன் வந்திருப்பதாய் சேதி சொல்கிறது....சேலையில் அழகு மெல்ல அதை நோக்கி திரும்புகிறது...

இரவும் பகலும் இப்படித்தான்

என் மீது குளிர் போல

காதலை கொட்டித் தீர்க்கிறது.எனக்கோ ..

சேலைக்கோ பலநேரம் வியர்க்கிறது..

நான் சேலையாகிய

இரவைத்தான் நேசிக்கிறேன்

என்பதை ஏனோ.. இன்னும்

புரிந்து கொள்ளாமல் இருக்கிறது... மின்விசிறி..புலம்பியவாறு..

இமைகளை கசக்கிக்கொண்டு

மெல்ல கற்பனை எழுகிறது..

இப்போது....கட்டில்..

பிரிவால் அழுகிறது..

அவள் சேலை கடந்துபோகிறது...என்னை விட்டு தூரமாய்...நினைவு தூங்குகிறது...

(கூதிர். - குளிர் காற்று)

..இயலிசம்...

இமை கண்ட புகைப்படம்..

நீண்ட நெடிய காலை
உன்னால் பிடிக்கிறது இந்த வேளை...
முற்சரம் கொண்டு ஏன் துளைத்தாய் இன்று
இருதய நாளங்களில் வலி
முகம் காண என்ன வழி....
நீண்ட நெடிய கனவு
கருப்புக்காட்டுக்குள் தொலைந்ததாய் நினைவு..
கண்ணைக் கட்டி ஏன்
கனவுகளை நீ கொடுத்தாய்
கண்களில் நீர்த்துளி
காரணம் காணா கயல்விழி....
நிறைய நிறைய ஆசையில்லை - மனம்
நிசம் காணவே ஆசை
நிழற்படம் காணும் பொழுதினில்
நீ பேசவே ஆசை...
நீ நிறைந்தாய் இப்போது
நீர் நிறைவாய் எப்போது
இதில் தப்பேது...என் கவனம்
தற்போது...
இவ்விடம்...இப்படம்..
இமை கண்ட புகைப்படம்..
..இயலிசம்....

வாலி நீதானடி...

பாலாடை உருவம்
பட்டு நிலா பருவம்
உன்னைக் கொள்ளும் வரை காதல் வரப்போவதில்லை
உன்னைக் கொன்ற பின்னே காதல் வாழப் போவதுமில்லை...
உன்னைப் பற்றிய சிந்தனையே
சிலந்தி வலைபோல் என்னுள்..உன்னைப் பற்றிய நிந்தனையே
சிலந்தி வலையே நீ உயிருள்..
உறக்கம் தூக்கித் நின்றாய்
ஊனுடல் உறுதி கொன்றாய்
உடுக்கைக்குள் நடுக்கம் தந்தாய்
உலகமே உன் கைக்குள் என்றாய்...
உதடு தவறிய வார்த்தையிலாவது
என் பெயர் வருமென்று நான்..
உதட்டோடு மச்சமாய்
மறுபிறவி கேட்கிறேன்...
உதவிக் கரமொன்று கொண்டு
உன்னைப் பற்றும் மிச்சமாய்...நான்
இதழ் பட்டு எச்சமாயாவது ஒருமுறை
வீழ்ந்து சாகிறேன்....போ..
இன்னும் கடந்து போ
என் வாழ்க்கைப்பந்தில் வாளி நீதானடி....
இன்னும் உயரப்போ
என் ஆயுள் உயரம்வரை
வாலி நீதானடி...

கவனம் கொள் தம்பி கரிகாலா...

உன்னிடம்

காலம் கையளித்த பொறுப்பு கவனம் கொள் கரிகாலா...
கண்ணெதிரே காற்றையும் கட்டிப்போடு
மூச்சுக்காற்றிலும் விடம் செலுத்து
விடயங்கள் அத்தனையிலும் கவனம் செலுத்து..
எங்கள் ஒரு கவனம் நீ தான்
ஒரே குறிக்கோள் நீ தான்..நீயில்லாது
நாங்கள் மீண்டும்
துவக்கிலிருந்தே துவங்கக் கூடும்..
துவக்கோடே முடியவும் கூடும்...
கவனம் பகை கண்ணெதிரே
கால் நூற்றாண்டு தாண்டியும் காத்திருக்கு..கால் தடம் அருகே
சாதியை கட்டியணைத்து
மதமென்ற படுக்கையில் படுத்திருக்கு..மரணப்படுக்கைகள் ஆங்காங்கே
மயானம் வரை தொடர காத்திருக்கு..
கவனம் தேவை கரிகாலா...
உன் தம்பி தங்கைகளின் உழைப்பு நீ தான்..உறக்கம் நீ தான்..
கனவும் நீதான்...காட்சியும் நீதான்..உன் தலை தாங்கும் பாகையும்
அது தான்..
உறங்கும் நேரத்திலும் உயிரே விழித்திரு..
விழி திறக்கும்போதும் உடையாய் கவனம் தரித்திரு..
எங்கெங்கு காணினும்
அன்பையே பறை சாற்றும் இவ்வுலகம்..
உன்னை மீண்டும் அடிமையாக்கவே காத்திருக்கு..உன்னை
உன் தமிழை உன் இனத்தை அடிமையாக்க
வழி பார்த்திருக்கு..
வண்ணமாய் சில எண்ணங்கள்
ஆங்காங்கே மழைகால வானவில் போல...

அவ்வப்போது தோன்றி மறையும்..
நீ கவனமாய் இருந்தால் வானத்தையும் வசமாக்கலாம்..
வானவில்லையும் நீ வளைக்கலாம்..
கவனம் கொள் கரிகாலா..
உன் தம்பியின் இந்தக் கவலையில் தப்பேது..
அண்ணா...நீ பார்த்துப் போ...படைத்தலைவன் நீ ...
உன் முன்னால்
சிப்பாய்கள் நாங்கள் உடனிருக்கிறோம்...
உன்னைத் தொட எங்களைத் தாண்டனும்..ஆனாலும் என்ன சொல்ல
பயம் இப்போது வருகிறது..
அதை முதலில் போக்கணும்..
..இயலிசம்

வா...வானம் கருப்போம்..
வா..நாம் களைப்போம்.....

கால் நடந்த மேகம் இது காட்சிப்பிழை
இவள் வானம்...
தூரிகை வானவில் தேற்றம் இது மாட்சிமை
இவள் தோற்றம்...
தூவானக்கூடாரம் கண்டேன் இது முற்றுமை
இவள் விழிவதனம்..
பனி சூழ்ந்த பாற்கடல் பாக்கம் இது வேற்றுமை
இவள் வேட்டுகை..
பாராமுகம் கண்டு செத்தேன் இது ஒற்றுமை
இவள் மேல் அட்டுகை...
கூச்சலும் குழப்பமும் காய்ப்பு இது பெருமை
இவள் நினைப்பு...
கூடாரமும் கூடலும் ஏய்ப்பு இது அருமை
இவள் வனப்பு...
அகமும் புறமும் வெப்பம் இது தஞ்சம்
இவள் நெஞ்சம்....
ஆகட்டும் மார்கழி மொத்தம் இது ஆவல்
இவள் மனை ஆவாள்...
கேட்கும் மழைச் சத்தம் இது மாற்றம்
அவள் முகம் முத்தம்...
காணா பசிக்கூழ் நோக்கம் இது வயிற்றுக்கும்
இவள் வாய்ப்புக்கும் கிடைக்கும்...
இன்னுமோ இப்படி இருக்கும் இப்போது சூடாய் கிடைக்கும்
அனல் பார்வை விளக்கம்..
ஆகட்டும் நாமும் பொறுப்போம் ஆவணி தாண்டட்டும்
தாவணி துறப்போம்.......ஆளுக்கொரு ஆசையில் குளிப்போம்
அந்தி மழை வரும் நேரம் இப்போ
வானம் கருப்போம்..

நாம் களைப்போம்.....

..இயலிசம்...

ஆடைப்பசி உடுத்தி..

ஆடைப்பசி உடுத்தி
ஆநிரை மெய் நகர்த்தி
கூவிழம் கண்ணோடு பொருத்தி
காணாது போனேன்
பொக்கிசமே...
இல்இமை தாழ இவைகொண்ட
இதழோடு கூட ஈதல்பிறை விளக்கோ
கண்மூடிச்சாகக் கண்டேன்..இன்றே
இன்றோடு காணு மட்டும்
இருகரை சேருமட்டும் தாவரை காறுமட்டும்
காயம் காமமாகுமாம்
கிழக்கு...
இரவைக்கொன்று நான்
நிலவைக் கண்டேன்
நிலவைத் தின்று நான்
பகலைக்குடித்தேன்....
இரவும் பகலும் அமைதியில்
பசித்தேன்..
இமைகளை சமைத்து
இதழ்களில் பரிமாறினேன்...
இப்பிறவி கொண்ட பசி
மண்ணே தின்னா மாபசி...
விரல் தொட்டால் பாத்திரம் வேகும்
விழி பட்டால் அடுமனை தீரும்..
கோரக்கன் நா காணா நரகப்பசி
கோடிப்பணம் கொண்டாடும் கோள்பசி
கொள்ளையன் மடி நிறைக்கா பசி
கோணங்கி சாக்காட்டுப்பசி...

பிணம் தின்னும் மண்பசி...
விதி இது தானென்று
அடங்கிய கூட்டம்
ஆடுகளல்ல நாங்கள் அடுக்கள் என
ஆர்ப்பரிக்கும் பசி...
பகை கொண்ட நிலம்
உடல் பிளந்து ருசிக்கும்
ஆற்றாமைப்பசி...
அங்கங்கள் தழுவல்...
ஆடைப்பசி...
ஆன் கதிர் இரவு
ஆன்மைப்பசி..
அனைத்தையும் தின்றது..
இந்த மதியநேர உணவுப்பசி..
..இயலிசம்

அடிப்போடி.. பைத்தியக்காரி..

நீ வாசலில் காத்திருக்கிறாய்
நான் சன்னலை சாத்துகிறேன்..
நீ காற்றாகிறாய் நான் தூசியாகிறேன்..
நீ உள்ளே வருகிறாய்
நான் உன்னை அள்ள நினைக்கிறேன்..
நீ கற்பனையாகிறாய் நான் கவிதையாகிறேன்...
நீ இதழ்களை குவிக்கிறாய்
நான் இப்போது தண்ணீர் கேட்கிறேன்..
நீ உணவாகிறாய் நான் ஊனாகிறேன்..
நீ கட்டிலில் அமருகிறாய்
நான் விளக்கை தேடுகிறேன்
நீ தூக்கமாகிறாய் நான் துகிலாகிறேன்..
நீ கருத்து சொல்ல வருகிறாய்
நான் எழுதுகோலை திறக்கிறேன்
நீ பேனாவாகிறாய் நான் மையாகிறேன்..
..இயலிசம்..
அடிப்போடி..
பைத்தியக்காரி..
கண்ணடிச்சானாம்..காதலிச்சாளாம்..
ஒரு நொடிக்கு எத்தனை முறை
கண்மூடித்திறக்கிறது தெரியுமா..
ஏனடி..உனக்கு அவன்
கண்ணை மூடித்திறந்ததில்
அத்தனை ஆனந்தம்...
ஒரு மணிக்கு எத்தனை முறை
அவன் சிரிக்கிறான் தெரியுமா..
ஏனடி..உனக்கு... அவன்
சிரிக்கையில் உடல் சிலிர்க்கிறது...

ஒருநாளைக்கு ஒரு ஆண்
எத்தனை பெண்களை கடக்கிறான் தெரியுமா..
ஏனடி..உனக்கு
உன்னைக்கடக்கவே அவன்
வருவதாய் தோன்றுகிறது...
ஒரு மாதத்திற்கு எத்தனை முறை
கருச்சிதைவு நடக்கிறது தெரியுமா..
ஏனடி ..உனக்கு அவனை
கண்டதுமே காதல் கருவாகிறது...
அடிப்போடி...
பைத்தியக்காரி...
காதல் என்ற ஒற்றை வார்த்தை
எத்தனை குடும்பத்தை அழித்திருக்கிறது தெரியுமா...
சாதி விட்டு சாதி காதல் வரும்
கடைசியில் காதல் உயிரோடிருக்காது
சாதி செத்துப்போயிருக்காது..அது
தெரியுமா..உனக்கு...
மதம் விட்டு மதம் மாறி
கட்டியணைக்கும் காதல்
மல்லிகைப்பூ மணக்கும் வரை தான் மடியில் இனிக்கும்.. அது
புரியுமா .. உனக்கு...
அடிப்போடி...
பைத்தியக்காரி...காதல்
இப்படித்தான் எல்லோரையும் புலம்பவைக்கும்
கடைசியில் கண்களை இழந்து விட்டு
காதலை கழுத்தில் மாட்டிக்கொண்டு தொங்கும்..
அடிப்போடி.. அன்று...ஒருநாள்
நானும் பைத்தியக்காரி...தான்..
..இயலிசம்...

அவள் கருப்பு தான்

அவள் கருப்பு தான்
அவள் கருங்கூந்தல் மிக அழகு..
அவள் குள்ளம் தான்
அவள் உள்ளம் மிக அழகு..
அவள் படிக்காதவள் தான்
அவள் பார்வை மிக அழகு..
அவள் பட்டிக்காடு தான்
அவள் பாதம் மிக அழகு..
அவள் ஏழை தான்
அவள் எண்ணம் மிக அழகு..
அவள் மகாராணி இல்லை தான்
அவள் மனசு மிக அழகு..
அவள் எனக்கு காதலி இல்லை தான்
ஆனாலும் அவள் அழகோ அழகுதான்..
அவள் என்னைப்பார்க்கையில்
அண்ணனாகிறேன்..
ஆசையாய் பேசுகையில்
அப்பாவாகிறேன்..
அன்பை தேடுகையில்
அம்மாவாகிறேன்...அத்தனை உறவையும் நான் சுமந்து நண்பனாகிறேன்..
அவள் எதையோ கேட்கிறாள்
நான் வள்ளலாகிறேன்..
அவள் கருணை கேட்கையில்
கருவறை தருகிறேன்..
அவள் கண்ணை கேட்கையில்
நான் குருடனாக தயாராகிறேன்..
அவள் என்னை கேட்கையில் மட்டும்
திருடனாகிறேன்..

நான் ஏற்கனவே திருடி புதைத்துவைத்த
அவள் காதலை தர மறுக்கிறேன்..
அவளை தாயாக நினைக்கிறேன்..
தாரமாக்க தோணவில்லை...
அவள் அன்பை அம்மாவைப்போல
பரிசுத்தமாக ஏற்கிறேன்..
பரிசாக ஏற்க மறுத்து
காதலில் தோற்கிறேன்..
நான் இறுதிவரை நண்பனாகிறேன்...
நான் அவளோடு எப்போதும் உடனிருக்கிறேன்..
உலகமாகிறேன்...
..இயலிசம்...

நம்மை கட்டிப்பிடித்த அந்த மழைக்காலம்..

எங்கிருந்தோ ஓடி வந்து
நம்மை கட்டிப்பிடித்த
அந்த மழைக்காலம்..
குடையை மறுத்து விட்டு
நீயும் நானும் தழுவிய அந்த நேரம்...
உடை வெப்பம் கொண்டது
இருதயம் சத்தமிட்டது..
விரல் துடிப்பை உணர்ந்தது
உதடுகள் சண்டையிட்டுக் கொண்டது..
உலகம் எல்லாம் மறைந்து போனது
உன் விழிக்குள் என் முகம் வெளிச்சமானது..
மின்னல்கள் அப்பப்போ வழியானது..
வழிந்த நீர்துளிகள் நமக்குள் வைரமானது..
குளித்த கேசத்திற்குள் நுழைந்த
கைகள் குழலானது.. நம்
மூச்சுக்காற்று இசையானது.. நாம்
இசைத்தோம் மழை பாடலானது..
நாம் காதலானோம்..
மேடு பள்ளங்களில் நீர்தேங்க
நீ விரல் கொண்டு என்னை தாங்க
நான் காற்றானேன் நீ குளிர்ந்தாய்
நீ வெப்பமானாய் நான் குளித்தேன்...
உண்மையை சொல்ல இமைகள்
திறந்திருக்கவில்லை..
இதழ்கள் பேசிக்கொள்ள அவை
அப்போது பழகியிருக்கவில்லை..

பசிகொண்ட மழை பாதியில் நிற்கவுமில்லை..பாதிக்கப்பட்ட பகுதிகளில் உன் நிவாரணம் நிறைந்திருந்தது..எனக்கு

இரவு தெரியவில்லை...
சாரல் நம்மை ஏந்திக்கொள்ள
நாம் காதலை தூக்கிக்கொள்ள
காதல் தெருவெங்கும் வழிந்தோடியது
உன்னால் உள்ளத்தில் கடல் சேர்ந்தது..
இப்போதும் நான் அங்கு
இருக்கிறேன்..
மழையும் இல்லை ..நீயும் இல்லை
உலகை வெறுக்கிறேன்..உடல்
இங்கிருக்கிறது..உயிரில்லை...
..இயலிசம்..

பிரிவு என்பதை வரமாக கேட்டவள்

பிரிவு என்பதை வரமாக கேட்டவள்
நான்..
உன்னை பிரிந்து செல்லும் வரை
பிரிவை உணராதவள் தான்..
இன்று நீயிருக்கிறாய் நான்
எங்கோ தொலைந்து போனேன்..
இன்று நீ சிரிக்கிறாய் நான்
இதழ்களை தொலைத்து போனேன்..
இங்கோ காற்று நிறைந்திருக்கிறது
எனக்கோ மூச்சு முட்டுகிறது..
இப்போது புத்தகம் திறந்திருக்கிறது
எழுத்துக்கள் கண்களை மூடிக்கொண்டிருக்கிறது..
மழை தூறுகிறது மண் வறண்டு போகிறது..
காற்று வீசுகிறது மரங்கள் சாய்ந்தாட மறுக்கிறது..
பெயருக்கு பசிக்கிறது உன்
பெயரெழுதிய காகிதமே ருசிக்கிறது..
நான் உன்னை தேடிக்கொண்டே
தொலைந்து போகிறேன்...ஒருவிரலில்
பேனாவைத்தொட்டு எழுத அழுகிறேன்..
மழை வருவதற்கு முன்னால்
மேகங்கள் ஊர்வலம் போகும்
நீ வானமாய் வா..நான்
மேகமாக வேண்டும்...
கூச்சமில்லாத உடையற்ற பாகங்கள்
உன் பேச்சுக்காக ஏங்கி நிற்கிறது..
நீ பேசுவாய் என்று தான் வண்ணமின்றி
பூக்களும் பூக்கிறது..
நீ உடைகளை கடத்திப்போனாய்

நான் உறக்கத்தை களவு கொடுத்தேன்..
நீ உதடுகளை பறித்துப்போனாய்
நான் ஊனுக்குள் சிலிர்த்துப்போனேன்..
நீ உயிர் மட்டுமே குடித்தேப்போனாய்
நான் உடல் செத்து மரத்துப்போனேன்..
மே மாதத்தில் மூங்கில்கள் மேலாடையின்றி காய்ந்திருக்கும்..
நான் இப்போது மே மாதமானேன்
நீ எப்போது மூங்கிலாவாய்...
உரக்கச் சொல்கிறேன்
உண்மை இதுதான்..உடையற்ற நான்
உயிரற்ற பொருள் தான்..நீயில்லா நான்..
பொருளற்ற உயிர் தான்..
.இயலிசம்..

ஒரு வேலை கொடுங்கள்

ஒரு வேலை கொடுங்கள்
ஒருவேளையாவது கொடுங்கள்.. நான்
ஒருவேளை பசிக்காதிருந்தால்
ஒரு வேலை கேட்காதிருப்பேன்...
ஒருவேலை வேண்டும் என நான்
ஒரு வேளை ஓடுகிறேன்..
ஒரு வேலை காணுமிடம்
ஒரு வேளை உணவைத் தான் தேடுகிறேன்..
ஒருவேளை நான் செய்த பிழை
ஒரு வேலை செய்த பிழையானதோ..
ஒரு வேலை கிடைப்பதே இன்று
ஒரு வேளை பிழையானதோ...
ஒரு வேலை நான் பசிக்காய்
ஒரு வேளை தேடுகிறேன்..
ஒரு வேலை தேடாதிருந்தால்..நான்
ஒரு வேளை எப்படி பசியை கடப்பேன்..
ஒரு வேலை வேண்டும் என்று
ஒரு வேளை அவள் கேளாதிருந்தால் நான்
ஒரு வேளை காதலனாயிருப்பேன்...இன்று
ஒரு வேளை மணமகனாயிருப்பேன்..
ஒரு வேலை கிடைக்கவும் இல்லை அவள்
ஒரு வேளை மறுக்கவும் இல்லை.. நான்
ஒரு வேளை காதலைக் கொண்டு
ஒரு வேலை செய்ய மறந்திட்டேன்..
ஒருவேளை நான் அவளோடிருந்திருந்தால்..அவள்
ஒரு வேளை இன்று இருக்கலாமோ...
ஒருவேளை இருவரும் பிரிந்து போய்
ஒரு வேலை தேடுவோமோ...

ஒருவேளை இப்படித்தான் மனசு
ஒரு வேலை தேடுகிறது..
ஒருவேளை பசிக்காக காதல்வந்து
ஒரு வேலை தேடச் சொல்லி தொலைகிறது..
..இயலிசம்...

நேரத்தோடு வா... நான் நாமானேன் போ..

நேரம் நெருங்கிக் கொண்டிருக்கிறது..
இரவு மூச்சை பிடித்துக்கொண்டு காத்திருக்கிறது..
முதல் முறையாக
இந்த நாள் இந்த இரவு
இத்தனை நாளாக
இந்த நொடிக்காக காத்திருந்த நிலவுகள் நாங்கள்....
உடைமாற்றி
இருவரின்உலகம் மாற்றி
உடல் மாற்றி
உயிர் இரண்டை உடலோடு பூட்டி...
மஞ்சள் கயிறு கொண்டு
மல்லிகை பூச்செண்டு கொண்டு மார்போடு சேர்த்து
மஞ்சள் முகத்தோடு கோர்த்து
மனது இரண்டையும்
மறைப்போடு புதைத்து
மனதை இருக்கி இன்பம் பெருக்கி
மயங்கிப் போய்க்கொண்டிருக்கிறது
இந்த இரவு நேரம்...
இன்னும் கொஞ்ச நேரம்
இந்த இன்பஇரவு
மூச்சைப் பிடித்துக் கொண்டு வாழ
என் மனசு ஏங்குகிறது ..
காதல் இன்னும் பசியோடு படுக்கையில்
இழைப்பாறுகிறது..
பால் பசுவை தேடுகிறது..
பகலை இப்போது வர வேண்டாமென
மைவிழிகள் கொஞ்சுகிறது..
மெத்தை கெஞ்சுகிறது..

ஆனாலும் என்ன செய்ய
போகட்டும் விடு..போதை தெளிந்து தான் ஆக வேண்டும்.. இரவு
தொலைந்து தான் தீர வேண்டும்..
ஆனாலும் அவசரம் இல்லை
ஆயகலைகள் அழிவு நிலையிலில்லை..
அன்பும் அவனும் அரவணைப்போடு தான் இருக்கிறார்கள்.
இரவு இன்னும் சற்று நேரத்தில்
இறந்து விடும்..பரவாயில்லை..
முழுவதுமாய் விடிந்துவிடும் ..பரவாயில்லை..
இந்த தேனிலவு முடிந்து விடும் அதிகாலை திறந்துவிடும்..பரவாயில்லை..
கூடவே அடுத்த இரவுக்கான
ஏக்கம் தொடங்கிவிடும் ...அதுவரை
உடுப்புக்கு வகுப்பெடுப்பேன்..
இரவுக்கு விடுப்பு கொடுப்பேன்...
நாளையும் இரவு வரும்
நம்மையும் சேர்க்க வரும்..அப்போது
அறை மீது மீண்டும் இரவாக சேர்வோம் ...
இரவில் நிலவாக தேய்வோம்...
இதழ் சேர்ப்போம்..இருதயம் கோர்ப்போம்..
போய்வா இரவே..நீ
மயானம் போகப்போவதில்லை..
மறைந்து தான் போகிறாய்...நாளை
நேரத்தோடு வா... நான் நாமானேன் போ..
..இயலிசம்..

இது என் தவறா.. இல்லை உன் தவறா...

இது என் தவறா..

இல்லை உன் தவறா...

அங்கோர் குடிசையில் கூலும்கஞ்சியும்

ஆட்டுக்குடலும் தின்னும்

ஆத்தாளின் வயிற்றில் பிறந்தது..

என் தவறா...

அங்கோர் குடிசையில்

ஆத்தங்கரை ஓரத்தில்

அரிசியும் அவியலும் அரிசிசோறும் தின்னும் பூணூல் போடாத ஆத்தாளின் வயிற்றில் பிறக்காதது

என் தவறா...

அங்கோர் குளத்தில்

ஆளில்லா நேரத்தில்

ஆமையும் குஞ்சொன்று பெற்றது..

அது என் தவறா...

ஆமாம்.. அவனே..

சிவன் பெற்ற மவனே...

நான் தோட்டத்தில் பிறந்தவள் தான்

ஆனால்

தோலின்றி பிறக்கவில்லை..

நான் தோல் கருப்பாக வாழ்பவள் தான்

ஆனால்

கற்பின்றி வாழவில்லை..

நான் துணையை தேடுபவள் தான்

ஆனால்

வழிப்போக்கனை ஏற்பவளில்லை..

நான் வழி தேடி வருபவள் தான்

ஆனால்

வலிய வருபவள் இல்லை...
நான் வறுமைக்கு பிறந்தவள் தான்
ஆனால்
வயிற்றுக்கு வழி தேடுபவளில்லை..
நான் பெண்ணாகப் பிறந்தவள் தான்
ஆனால்
நான் ஆண் உண்ண மட்டுமே பிறந்தவளில்லை..
நான் கோளேறும் ஏறுகோள்
கோளாறு கொண்ட ஆணின
பிழை காற்றும்வரலாறு
நான் வழிக்காற்று
வாரிக்கொண்டு போகும் சூரைக்காற்று..
நீ இனிமேலும் நிமிர்ந்து நட
நான் உன் தலை மீது ஏறி நடப்பவள்..
நீ நிலமாக இருந்தாள்..நான்
வானமாய் வாழ்பவள்...
நான் உன் நிலத்தில் பிறந்ததாள்
நீ மேல் சாதி..
நான் உன் நிலத்தில் பிறக்காதிருந்தால்
நீ தான் என் கால் தூசி..
நான் மாராப்பு உடுத்திய
மானுடப் பெண் தான்..
ஆனால்
நான் கண்ணசைத்தால்
வானுலக தேவனும் என் பெண்மைக்கு கீழ் தான்..
நான் இனி ஆண்களுக்கு மேல் தான்...
நான் feமேல் தான்..
..இயலிசம்

அந்தக் கடிதங்கள் என்னை அழத்தான் வைக்கின்றன...

திரும்பத்திரும்ப

எத்தனை முறை வாசித்தாலும்

அந்தக் கடிதங்கள் இறுதியாக என்னை

அழத்தான் வைக்கின்றன...

இறந்த காலத்தில் எழுதப்பட்டிருந்தாலும்

இப்போதும் மனதிற்குள்

வாழ்ந்து கொண்டு தானிருக்கின்றன

அன்றைய நினைவுகள்....

முதல் கடிதம் விடுப்பு கேட்டு

அன்பான ஆசிரியைக்கு கொடுத்தனுப்பியது..

இரண்டாம் கடிதம்

அடுத்த வீட்டு அமுதாவின் புத்தகத்திற்குள் மறைத்துவைத்தது..

மூன்றாவது கடிதம்

முடிந்து போன தாத்தாவின் சாவுக்கு எழுதியது..

நான்காவது கடிதம்

நானாக நேசித்த நாகராணிக்கு நண்பனிடம் கொடுத்தனுப்பியது....

அஞ்சாவது கடிதம்

அரைகுறையாய் கல்லூரியில் கவிதாவிற்கு எழுதிக் கொடுத்தது..

அடுத்த பல கடிதங்கள்

அவசர தேவைக்கு அப்பப்போ எழுதியது..

ஆனாலும்....

அந்த நாகராணியின் கடிதமும்

அமுதாவின் கடிதமும்

இப்போதும் வரிகள் மறக்காமல்

மனதில் வலியோடு நிற்பதேனோ...

தட்டச்சு செய்யும் இப்போதும் கூட

தவறாமல் நினைவில் அழுத்துவதேனோ..

அவர்கள் எதையும் எதிர்பார்க்காமல்

எள்ளுருண்டை கடித்து தந்தார்கள்..

அதில் எச்சில் ஒட்டிக்கொண்டாலும்

சட்டையில் துடைத்து தந்தார்கள்...

அவர்கள் எனக்கு பிடிக்குமென்று

வீட்டில் தோசை சுடச்சொன்னார்கள்..

சுடும் தோசை கையில் சுட

என்னைத் தேடினார்கள்...

அவர்கள் தெரு தொலைக்காட்சியில் ஒளியும் ஒலியும் பாட்டுப் போட்டால்

அங்கே எனக்கும் இடம் பிடித்து வைத்திருந்தார்கள்..

அவர்கள் தெரு முளைப்பாரி ஒயிலாட்டத்தில் என்னையும் தேடினார்கள்...

திரைகட்டி புதுப்படம் போடும் போது

வீடு தேடி வந்து அழைத்தார்கள்...

அவர்கள் எனது புத்தகப்பையை

தங்கள் முதுகில் சுமந்தார்கள்..

எனது அம்மாவின் தலைவலிக்கு

பாவாடை நனையும் வரை அழுதார்கள்...

எனது காய்ச்சலுக்கு பள்ளியை மூடச்சொன்னார்கள்..

பட்டாம்பூச்சி பிடிக்கும் போதும்

எனக்கென அழகானதை பிடித்தார்கள்..

பட்டம் விடப்பிடிக்காதென்றேன்

அவர்களும் வானத்தில் பறப்பதை மறந்தார்கள்..

அவர்கள் பள்ளிப்பருவ இறுதி நாளில்

என் தலையில் குட்டுவைத்து

என்னை மறக்காதே என்றார்கள்....

நான் இன்னும் மறக்கவில்லை

அவர்கள் கண்களில் நீராய் நிறைந்தார்கள்...

நேரம் கிடைக்கும் போது நேரில் வந்தார்கள்..

நிறைய தடவை தூரமாய் நின்றே

புன்னகை செய்தார்கள்..

நான் இப்போதும் அவர்கள் தந்த கடிதங்களை
வாசித்து பார்க்கிறேன்..அவர்கள்
நினைவுகளோடு வசிக்க தயாராகிறேன்..
..இயலிசம்..

அவன் சட்டையோடு நான்..

மெல்ல இமை இருள்கிறது
விரல்கள் எங்கோ என்னை தூக்கிக்கொண்டு பறக்கிறது
சந்தனக் காட்டுக்குள்ளே ஒரு சிட்டுக்குருவி மூச்சு முட்ட முட்ட
வியர்வை காற்றை குடிக்கிறது..
மேகங்கள் மெல்ல தலைதட்டிப்போக
மனசுக்குள் பனிமழை கொட்டுகிறது..
இந்த பூமி காலடிக்கு கீழே
எறும்பாக கடிக்கிறது..வலி
எதையோ உளற உதடுகள் குவித்து
அவன் பெயரை மந்திரமாக உச்சரிக்கிறது..
உரோமக்கற்றைகள் எட்டுக்கட்டையில்
தாளம் போட்டு நடனமாட தயாராகிறது..
கால்கள் இப்போது எடை குறைந்து
குதிகால் தூக்கி குதிரையாகிறது..
சிறப்பு இரயிலொன்று தண்டுவடத்தின் அடியிலிருந்து கிளம்பி
அடிவயிற்றை நோக்கி வேகமெடுக்கிறது..விரல்களின்
விதிமீறல்கள் அவசர சட்டமாக தேவைப்படுகிறது..
நங்கூரக்கப்பலொன்று இருதயத்தின் மீது மூச்சுக்காற்று ஏற்றி
சிரமப்பட்டு கிளம்புகிறது..
உடலெங்கும் உணர்ச்சிக்குளியலில்
உள்ளமெங்கும் ஆசை நிரப்பி
துணிதுவைக்க தயாராக..
அணைத்த மார்போடு
அவன் சட்டையோடு நான்..
..இயலிசம்...

ஆடைப்பசி உடுத்தி

ஆடைப்பசி உடுத்தி
ஆநிரை மெய் நகர்த்தி
கூவிழம் கண்ணோடு பொருத்தி
காணாது போனேன்
பொக்கிசமே...
இல்இமை தாழ இவைகொண்ட
இதழோடு கூட ஈதல்பிறை விளக்கோ
கண்மூடிச்சாகக் கண்டேன்..இன்றே
இன்றோடு காணு மட்டும்
இருகரை சேருமட்டும் தாவரை காறுமட்டும்
காயம் காமமாகுமாம்
கிழக்கு...
இரவைக்கொன்று நான்
நிலவைக் கண்டேன்
நிலவைத் தின்று நான்
பகலைக்குடித்தேன்....
இரவும் பகலும் அமைதியில்
பசித்தேன்..
இமைகளை சமைத்து
இதழ்களில் பரிமாறினேன்...
இப்பிறவி கொண்ட பசி
மண்ணே தின்னா மாபசி...
விரல் தொட்டால் பாத்திரம் வேகும்
விழி பட்டால் அடுமனை தீரும்..
கோரக்கன் நா காணா நரகப்பசி
கோடிப்பணம் கொண்டாடும் கோள்பசி
கொள்ளையன் மடி நிறைக்கா பசி
கோணங்கி சாக்காட்டுப்பசி...

பிணம் தின்னும் மண்பசி...
விதி இது தானென்று
அடங்கிய கூட்டம்
ஆடுகளல்ல நாங்கள் அடுக்கள் என
ஆர்ப்பரிக்கும் பசி...
பகை கொண்ட நிலம்
உடல் பிளந்து ருசிக்கும்
ஆற்றாமைப்பசி...
அங்கங்கள் தழுவல்...
ஆடைப்பசி...
ஆன் கதிர் இரவு
ஆன்மைப்பசி..
அனைத்தையும் தின்றது..
இந்த மதியநேர உணவுப்பசி..
..இயலிசம்

நிழல் கண்டு நான்
நிசமாக நடித்தேன்
நீண்ட பொழுதில்
நடைச்சாலை மனதில்..
விரல்கள் கொண்டு
துவக்கு செய்தேன்
தூக்கியே நான்
துளைத்தேன் - என்
கானல் கனவுகளை
கண்ணோர நினைவுகளை...
காலம் கடக்கிறதோ
நமக்கும்
கல்லறை அழைக்கிறதோ
கருப்பில்..
காட்சிகள் நகர்கிறதோ
காலமும்
கைதூக்கிச் சொல்கிறதோ..
ஏன்..இத்தனை ஓட்டம்
இடையிடையே இத்தனை ஆட்டம்
ஆண்டானும் ஆண்டவனும்
ஆசைக்கு அடிமையாய்
ஆவதும் காசோ காலமோ..
ஆசனத்தில் கலிவேதமோ..
கைத்தடியோரம் கனவுகள்
ஏன் இன்னும் கனவுகளாய்..
கடந்து சென்ற கணங்கள்
கவலைகளாய் கசப்புகளாய்..
கை நேர்கொண்ட கதைகள்

கற்பனைகளாய் கயமைகளாய்..
கைதூக்கிப் போராட்டம்
கைவிளங்கோடு சிறை பூட்டும்
சட்டமும் சாதனையும்
சாக்கடையோர புழுக்களுக்கே
சமர்ப்பணம்..
சாதியில்லை மதமில்லை
சாதனை துளியுமில்லை
சந்திப்புகள் சாத்தியமே
சாதித்தது சாணக்கியமே
சாமானியன் தரித்திரமே
அவன் சரித்திரம்..
நீட் கொல் என்றோம்
காசு வாங்கி கணக்கு தீர்த்தோம்
கள்வன் கணக்கும் இலாபநட்டமோ
கப்சிப் கதவடைப்பு
காலத்துக்கும் கழுத்தறுப்பு..
கொடுமையடா..தமிழா
அவமானமில்லையா உனக்கு
நீ சொன்னதை செய்யாதவனை
தூக்கி துதி பாடுவது
தும்பிக்கையானுக்கும் தெரியாத
பிணக்கு..
கோபம் பெருங்கோபம்
உங்களோடு வாழ்வதில்
வாய்ப்பின்றி கத்தியே
காய்வதில்..
..இயலி..

எனது மற்ற புத்தகங்கள்

Enter Caption

www.ingramcontent.com/pod-product-compliance
Ingram Content Group UK Ltd.
Pitfield, Milton Keynes, MK11 3LW, UK
UKHW021906190726
13853UKWH00002B/532